AF759068

വധശിക്ഷയ്ക്ക് വിധിക്കപ്പെട്ടവന്റെ അന്ത്യനാളുകൾ

വിക്ടർ ഹ്യൂഗോ (1802 - 1885)

ഫ്രഞ്ച് റൊമാന്റിക് കവിയും നാടകകൃത്തും നോവലിസ്റ്റുമായ ഹ്യൂഗോ ഒരു ജനറലിന്റെ പുത്രനായി ജനിച്ചു. ഇദ്ദേഹം ഇരുപതു വയസ്സിനു മുമ്പു തന്നെ സമ്പൂർണ്ണനായ ഒരു കവിയായിരുന്നു. തന്റെ കവിതാ നാടകമായ 'ക്രോംവെല്ലി'ലൂടെ കാല്പനിക സാഹിത്യ പ്രസ്ഥാനത്തിന്റെ ഏറ്റവും പ്രമുഖ വക്താവായി ഇദ്ദേഹം വളർന്നു. കവിതാട്രാജഡിയായ 'ഹെർനാനി'യുടെ രചന പ്രമുഖ വിജയമായിരുന്നു. മധ്യകാലഘട്ട ജീവിതത്തിന്റെ ഒരു ആവാഹന മായ 'ദി ഹഞ്ച്ബാക്ക് ഓഫ് നോത്രദാം' ജീൻവാൽജീൻ എന്ന കുറ്റവാളിയുടെ കഥയായ 'ലെയ് മീസറബ്ൾ' എന്നിവയാണ് ഹ്യൂഗോവിന്റെ ഏറ്റവും പ്രശസ്തമായ നോവലുകൾ. ഈ കൃതികൾ ഇദ്ദേഹത്തെ ലോകപ്രശസ്തനാക്കി. ഹ്യൂഗോ തന്റെ പിൽക്കാല ജീവിതത്തിൽ രാഷ്ട്രീയക്കാരനും രാഷ്ട്രീയ എഴുത്തുകാരനുമായി ത്തീർന്നു. 1851-70 കാലയളവിൽ ഹ്യൂഗോവിനെ അദ്ദേഹത്തിന്റെ റിപ്പബ്ലിക്കൻ കാഴ്ചപ്പാടുകളുടെ പേരിൽ നാടുകടത്തി. ഈ കാലഘട്ടത്തിൽ ഇദ്ദേഹം രാഷ്ട്രീയ ആക്ഷേപഹാസ്യകവിതകൾ ഉൾപ്പെടെ നിരവധി കൃതികൾ രചിച്ചു. 1876-ൽ സെനറ്ററായി ത്തീർന്ന ഇദ്ദേഹത്തെ ദേശീയ നായകനെന്ന നിലയിൽ മഹാന്മാ രുടെ ശവക്കല്ലറയിലാണ് അടക്കം ചെയ്തിരിക്കുന്നത്. ഹ്യൂഗോവി ന്റെ ജീവിതാന്ത്യം ദുരിതം നിറഞ്ഞതായിരുന്നു.

എൻ. മൂസക്കുട്ടി

1951-ൽ മലപ്പുറം ജില്ലയിലെ അയിരൂരിൽ ജനിച്ചു. ഇംഗ്ലീഷ് സാഹിത്യത്തിൽ എം.എ. ബിരുദം. എക്സ്പ്രസ്സ് ദിനപത്രത്തിൽ സബ് എഡിറ്ററായിരുന്നു. ഇപ്പോൾ മുഴുവൻ സമയവും വിവർത്ത നത്തിലും ഗ്രന്ഥരചനയിലും ഏർപ്പെട്ടിരിക്കുന്നു. അമ്പതിലധികം കൃതികൾ പ്രസിദ്ധീകരിച്ചിട്ടുണ്ട്.തൃശ്ശൂരിലെ വായനക്കാരുടെ കൂട്ടായ്മ പുരസ്കാരം (2006) ലഭിച്ചു.

വിലാസം:

"സുഗേയം"
അക്വാറ്റിക് ലെയ്ൻ
പാട്ടുരായ്ക്കൽ
തൃശ്ശൂർ-680022

വിക്ടർ ഹ്യൂഗോ

വധശിക്ഷയ്ക്ക് വിധിക്കപ്പെട്ടവന്റെ അന്ത്യനാളുകൾ

വിവർത്തനം
എൻ. മൂസക്കുട്ടി

ലിപി പബ്ലിക്കേഷൻസ്
കോഴിക്കോട് - 673 002
വില: 130 രൂപ

Malayalam Language
VADHASIKSHAKKU VIDHIKKAPPETTAVANTE ANTHYANAALUKAL
(Novel)
By **VICTOR HUGO**
Translated by
N. MOOSAKUTTY
First Edition: January 2007
Second Edition: March 2013
Third Edition: March 2023

Typeset & Layout by LIPI DTP
Cover Design: Sujeesh Puthukkudi
Printed at Lipi Digital Prints

Price: ₹ 130

Publishers
LIPI PUBLICATIONS
Head Office
AL Ameen Building, 13/766- U 6
Rly.Stn. Link Road, Kozhikode - 673002
Tel: 0495-2700321

Showroom
LIPI BOOKS
B-12, Vikas Building, Rly. Stn. Link Road, Kozhikode-2
Tel: 0495-2700192 Mobile: 9847262583
Email: lipipublicationsclt@gmail.com
lipiakbar@gmail.com
www.lipipublications.com

ആമുഖം

1829 ഫെബ്രുവരി 3-ന് ഫ്രഞ്ചുഭാഷയിൽ ഒരു കൊച്ചു നോവൽ പ്രസിദ്ധീകരിക്കപ്പെട്ടു. അതിൽ ഗ്രന്ഥകർത്താവിന്റെ പേരു വെച്ചിരുന്നില്ല. വധശിക്ഷയ്ക്കു വിധിക്കപ്പെട്ട ഒരുവൻ വധശിക്ഷ നടപ്പാക്കുന്നതിനു മുമ്പുള്ള തന്റെ അന്ത്യനാളുകളെക്കുറിച്ച് ചിന്തിക്കുന്ന രൂപത്തിലായിരുന്നു നോവൽ എഴുതപ്പെട്ടിരുന്നത്. പേരു വെച്ചിരുന്നില്ലെങ്കിലും ഹ്യൂഗോ ആണ് അതെഴുതിയിരുന്നത് എന്നത് രഹസ്യമല്ലായിരുന്നു. ബാല്യകാലം മുതൽക്കേ വധശിക്ഷ എന്ന സമ്പ്രദായം അദ്ദേഹത്തിന്റെ മനസ്സിനെ അലട്ടിക്കൊണ്ടിരുന്നു. സ്പെയിനിലെ പാതയോരങ്ങളിലെ വൃക്ഷക്കൊമ്പുകളിൽ നിന്നു തൂങ്ങിക്കിടക്കുന്ന ജഡങ്ങൾ വിക്ടർ ഹ്യൂഗോവിന്റെ സ്മരണയിൽ മായാത്ത മുദ്ര പതിപ്പിച്ചിരുന്നു.

നോവൽ രചിക്കുന്നതിന്നുവേണ്ടിയുള്ള ഹ്യൂഗോവിന്റെ ഗവേഷണം കൂലങ്കഷമായിരുന്നു. അദ്ദേഹം ജയിൽ സന്ദർശിക്കുകയും കുറ്റവാളികളോട് അധികൃതർ എങ്ങനെയാണ് പെരുമാറുന്നതെന്ന് പഠിക്കുകയും ചെയ്തിരുന്നു. കപ്പലിൽ തണ്ടുവലി ശിക്ഷ അനുഭവിക്കുന്ന ഗാലി കുറ്റവാളികളുടെയും പരസ്പരം വിലങ്ങുവെക്കപ്പെട്ട തടവുപുള്ളികളുടെയും ഭാഷാപ്രയോഗങ്ങൾ ഇദ്ദേഹം സ്വായത്തമാക്കിയിരുന്നു.

വധശിക്ഷ നിർത്തലാക്കണമെന്ന് വിക്ടർ ഹ്യൂഗോ ആത്മാർത്ഥമായി ആഗ്രഹിച്ചിരുന്നു. ഗുണത്തേക്കാളേറെ ദോഷകരമാണ് വധശിക്ഷ എന്നദ്ദേഹം കണക്കാക്കി.

ആൽബെർട്ട് കാമു, ചാൾസ് ഡിക്കൻസ്, ദോസ്തോവ്സ്കി തുടങ്ങി ധാരാളം എഴുത്തുകാരെ ഈ നോവൽ സ്വാധീനിച്ചിട്ടുണ്ട്.

വധശിക്ഷയുടെ പ്രാകൃതസ്വഭാവവും അതിന്റെ നിരർത്ഥകതയും ഈ കൊച്ചുനോവൽ വ്യക്തമാക്കുന്നുണ്ട്. വധശിക്ഷക്കെതിരെ പ്രതികരിക്കാനുള്ള ആധുനിക സമൂഹത്തിന്റെ ഊർജ്ജവും ആവേശവും ഒരു പക്ഷേ, ഹ്യൂഗോവിന്റെ ഈ നോവലിൽ നിന്നാവണം ലഭിച്ചിട്ടുണ്ടാവുക. വധശിക്ഷക്കെതിരായ ചിന്തകൾക്ക് ബീ

ജാവാപം നടത്തിയത് ഇദ്ദേഹമാണെന്നു പറയാം. 1970 കളോടെ ലോകത്തിലെ മിക്ക പരിഷ്കൃതരാഷ്ട്രങ്ങളും വധശിക്ഷ നിർത്തൽ ചെയ്ത കാര്യം ഈ സന്ദർഭത്തിൽ സ്മരണീയമാണ്.

വധശിക്ഷയ്ക്കു വിധിക്കപ്പെട്ടവന്റെ ആത്മസംഘർഷങ്ങളും വിഭ്രമങ്ങളും വിഹ്വലതകളും വികാരങ്ങളും യാഥാർത്ഥ്യബോധത്തോടെ മനസ്സിൽ തട്ടുന്നവിധം ഈ നോവലിൽ ചിത്രീകരിച്ചിരിക്കുന്നു. ജയിൽ മോചിതനായ കുറ്റവാളി നല്ല ജീവിതം നയിച്ച് സമൂഹത്തിലേക്കു മടങ്ങാൻ ഇഷ്ടപ്പെട്ടാലും അയാളെ സമൂഹം വീണ്ടും കുറ്റങ്ങളിലേക്കു നയിക്കുന്നതിന്റെ പശ്ചാത്തലം ചില ഉദാഹരണങ്ങളിലൂടെ കാര്യകാരണ സഹിതം വിശദീകരിക്കാൻ നോവലിസ്റ്റ് ശ്രമിച്ചിട്ടുണ്ട്. മരണം നേരെ മുന്നിൽ കാണുമ്പോൾ മനുഷ്യന്റെ ജീവിക്കാനുള്ള അദമ്യമായ ആഗ്രഹം, തണ്ടുവലിക്കാൻ വിധിക്കപ്പെട്ട ഗാലി കുറ്റവാളികൾ നേരിടുന്ന ക്രൂരമർദ്ദനങ്ങൾ, അവരുടെ ദയനീയാവസ്ഥ, അവരുടെ പ്രാകൃതമായ സംസ്കാരം എന്നിവയെല്ലാം ഒരു ക്ലാസിക് നോവലിന് അനുയോജ്യമായ വിധം ഇതിൽ അതീവഹൃദ്യമായി പ്രതിപാദിച്ചിരിക്കുന്നു. ഹ്യൂഗോവിന്റെ കാലഘട്ടത്തിലെ നീതിന്യായ വ്യവസ്ഥിതിയുടെയും ജയിൽ സമ്പ്രദായത്തിന്റെയും ഒരു യഥാർത്ഥ പരിച്ഛേദം കൂടിയാണ് ഈ നോവൽ.

കവി നാലപ്പാട്ടു നാരായണമേനോൻ നിർവ്വഹിച്ച ഹ്യൂഗോവിന്റെ 'ലെയ് മീസറബിൾ' എന്ന പ്രശസ്ത നോവലിന്റെ മലയാള വിവർത്തനമായ 'പാവങ്ങളിലൂടെ' ഹ്യൂഗോ മലയാളികൾക്ക് സുപരിചിതനാണ്. ചെറുതെങ്കിലും ഹ്യൂഗോവിന്റെ മറ്റൊരു ക്ലാസ്സിക് നോവലായ 'വധശിക്ഷയ്ക്കു വിധിക്കപ്പെട്ടവന്റെ അന്ത്യനാളുകൾ' എന്ന ഈ നോവൽ മലയാളത്തിൽ പരിഭാഷപ്പെടുത്തി പ്രസിദ്ധീകരിക്കാൻ കഴിഞ്ഞതിൽ ചാരിതാർത്ഥ്യമുണ്ട്. നോവലിസ്റ്റിന്റെ കാവ്യാത്മകമായ ആഖ്യാനശൈലിയും വികാരവുമെല്ലാം വിവർത്തനത്തിൽ നിലനിർത്താൻ ശ്രമിച്ചിട്ടുണ്ട്.

എൻ. മൂസക്കുട്ടി

ഒന്ന്

ബൈസെറ്റർ ജയിൽ

വധശിക്ഷയ്ക്കു വിധിക്കപ്പെട്ടു!

കഴിഞ്ഞ അഞ്ച് ആഴ്ചകൾ ഈ ചിന്ത മനസ്സിൽ പേറിക്കൊണ്ടാണ് ഞാൻ ജീവിക്കുന്നത്. എപ്പോഴും ഈ ചിന്ത തന്നെ. അതിന്റെ സാന്നിദ്ധ്യം എന്ന സദാ മരവിപ്പിക്കുന്നു. ചിന്തയുടെ ഭാരത്താൽ ഞാനെപ്പോഴും കുനിഞ്ഞുപോകുന്നു.

മുമ്പൊക്കെ ഞാൻ മറ്റാരെയും പോലെ ആയിരുന്നു. (എന്തെന്നാൽ, സ്വതന്ത്രനായിരുന്നതിനാൽ ആഴ്ചകളേക്കാളുപരി കൊല്ലങ്ങളായിട്ടാണ് എനിക്ക് അനുഭവപ്പെടുന്നത്.) ഓരോ ദിവസവും ഓരോ മണിക്കൂറും ഓരോ മിനിട്ടും സ്വാതന്ത്ര്യത്തെക്കുറിച്ചുള്ള ചിന്തയായിരുന്നു. യുവത്വം തുളുമ്പുന്നതും സമൃദ്ധവുമായ എന്റെ മനം നിറയെ ഭാവനകളായിരുന്നു. ചിട്ടയോ ലക്ഷ്യമോ കൂടാതെ മനസ്സ് അവയെ വിജയപ്രദമായി പരിപോഷിപ്പിച്ചു. എന്നാൽ ദുർബ്ബലവും പരുത്തതുമായ ജീവിതത്തിന്റെ നൂലിഴകളിൽ അക്ഷയമായ അലങ്കാരപ്പണികൾ നെയ്തുകൊണ്ടിരുന്നു. ചിലപ്പോഴത് യുവത്വം വഴിഞ്ഞൊഴുകുന്ന സൗന്ദര്യത്തെക്കുറിച്ചായിരുന്നു; മറ്റു ചിലപ്പോഴത് അനന്തമായ അനുഭവങ്ങളെക്കുറിച്ചായിരുന്നു. പിന്നീടത് നേടിയെടുത്ത യുദ്ധങ്ങളെക്കുറിച്ചായി. ഇനിയത് ശബ്ദവും പ്രകാശവും നിറഞ്ഞ നാടകശാലകളെ സംബന്ധിച്ചായിത്തീർന്നു. പിന്നീടത് വീണ്ടും യുവസുന്ദരികളെക്കുറിച്ചും പടർന്നു പന്തലിച്ച ചെസ്റ്റ്നട്ട് മരത്തിന്റെ കീഴിൽ രാത്രിയിൽ ഇരുളിൽ നടക്കുന്നതിനെക്കുറിച്ചും ആയി. എന്റെ ഭാവനയിൽ അനശ്വരമായ മദിരോത്സവം ഉണ്ടായിരുന്നു. തിരഞ്ഞെടുത്തതെന്തോ അതിനെക്കുറിച്ചായിരുന്നു ഞാൻ ചി

ന്തിച്ചത്. ഞാൻ സ്വതന്ത്രനായിരുന്നു.

എന്നാലിപ്പോൾ-ഞാനൊരു തടവുപുള്ളി! ശാരീരികമായി ഇരുമ്പുകൊണ്ട് ബന്ധിച്ച് ഒരു ഇരുട്ടറയിൽ. മാനസികമായി ഒരേ ഒരു ചിന്തയാൽ ഞാൻ ബന്ധിതനായിരിക്കുന്നു. ഭീകരമായ, ഭീതിദമായ, തടുക്കാനാവാത്ത ഒരു ചിന്ത. ഒരു ചിന്തയേ എനിക്കുള്ളൂ. ഒരു ബോധ്യം മാത്രം. അതു അസന്ദിഗ്ധകാര്യം മാത്രം-വധശിക്ഷയ്ക്ക് വിധിക്കപ്പെട്ടു!

ഞാനെന്തു ചെയ്യുമ്പോഴും ഒരു ദുർഭൂതത്തെപ്പോലെ ആ ഭയാനകചിന്ത എന്റെ സമീപം എപ്പോഴുമുണ്ട്. അത് ഒറ്റയാണ്, അസൂയാലുവാണ്. അത് എല്ലാറ്റിനെയും ആട്ടിയകറ്റുന്നു. എന്നെ എപ്പോഴും അലോസരപ്പെടുത്തുന്നു. തല തിരിക്കാനും കണ്ണടയ്ക്കാനും ആഗ്രഹിക്കുമ്പോഴൊക്കെ അതിന്റെ തണുത്തുറഞ്ഞ കൈകൾ കൊണ്ട് എന്നെ കുലുക്കിയുണർത്തുന്നു. മനസ്സ് അതിനെ ഒഴിവാക്കാനൊരുങ്ങുമ്പോൾ എല്ലാ രൂപത്തിലും അതവിടെ ഇഴഞ്ഞെത്തുന്നു. എന്നെ അഭിസംബോധന ചെയ്തുകൊണ്ടുള്ള സർവ്വപദങ്ങളോടെയും ഒരു ഭീകര ദുർമന്ത്രം പോലെ അത് സ്വയം വിലയിക്കുന്നു. എന്റെ ജയിലറയുടെ വെറുപ്പുളവാക്കുന്ന ഇരുമ്പു ചട്ടക്കൂടിനോടു പോലും അതെന്നെ അമർത്തുന്നു. ആ ഭീകരചിന്ത ഉണർന്നിരിക്കുമ്പോൾ എന്നെ വേട്ടയാടുന്നു. ഞടുക്കത്തോടു കൂടിയ ഉറക്കത്തെ രഹസ്യമായി നിരീക്ഷിക്കുന്നു. എന്റെ സ്വപ്നങ്ങളിൽ വർണ്ണോജ്ജ്വലമായ ഒരു തീക്കിനാവായി അത് പിന്നെയും പിന്നെയും പ്രത്യക്ഷപ്പെടുന്നു!

ഈ ഭീകരചിന്ത പിന്തുടർന്ന അലോസരമായ ഒരു ഉറക്കത്തിൽ നിന്ന് ഞാനിപ്പോൾ ഞെട്ടിയുണർന്നതേയുള്ളൂ. സ്വയം പറഞ്ഞു സമാധാനിക്കാൻ ഞാനൊരു ശ്രമം നടത്തി. “ഓ അത് വെറുമൊരു സ്വപ്നമായിരുന്നെങ്കിൽ!”

എന്നെ വലയം ചെയ്യുന്ന ഭീകരയാഥാർത്ഥ്യത്തിലെ മാരകമായ ആ സത്യം, എന്റെ കനം തൂങ്ങിയ കണ്ണുകൾക്ക് വായിക്കാൻ കഴിയുന്നതിനു മുമ്പായിത്തന്നെ ഒരു ശബ്ദം എന്റെ ചെവിയിൽ മന്ത്രിച്ചു കഴിഞ്ഞതായി എനിക്കു തോന്നുന്നു. “മരണശിക്ഷയ്ക്കു വിധിക്കപ്പെട്ടു!” ഈർപ്പമാർന്നതും ദുർഗന്ധം വമിക്കുന്നതുമായ ജയിലറ ഭിത്തിമേൽ, എന്റെ രാത്രി വിളക്കിന്റെ വിളറിയ കിരണങ്ങളിൽ, എന്റെ തടവറ വസ്ത്രത്തിന്റെ പരുക്കൻ തുണിയിൽ, വാ

തിൽ ചട്ടക്കൂടിലൂടെ തൊപ്പി തിളങ്ങുന്ന കാവൽക്കാരന്റെ ഗൗരവ മാർന്ന ബാഹ്യരൂപത്തിന്മേൽ, എല്ലാം ആ ഭീകരയാഥാർത്ഥ്യം എനിക്കു വായിക്കാൻ കഴിഞ്ഞിരുന്നു.

രണ്ട്

എന്റെ വിചാരണ കഴിഞ്ഞ്, കുറ്റക്കാരനാണെന്നു കണ്ടെത്തി, ശിക്ഷ വിധിച്ചശേഷം ഇപ്പോൾ അഞ്ച് ആഴ്ചകൾ പിന്നിട്ടിരിക്കുന്നു.

ദാരുണമായ ആ ദിവസത്തിലേക്കു നയിച്ച സാഹചര്യങ്ങൾ ഓർത്തെടുക്കാൻ ഞാൻ ശ്രമിച്ചു നോക്കട്ടെ.

ആഗസ്ത് അന്ത്യത്തിലെ സുന്ദരമായ ഒരു പ്രഭാതമായിരുന്നു അത്. എന്റെ വിചാരണ മൂന്നു ദിവസം നീണ്ടുനിന്നു. എന്റെ പേരും കുറ്റാരോപണവും ഓരോ പ്രഭാതത്തിലും ഒരു കൂട്ടം കാണികളെ ആകർഷിച്ചു. കഴുകന്മാർ ശവത്തിനു ചുറ്റുമെന്നപോലെ അവർ കോടതിയുടെ ബെഞ്ചുകളിൽ തടിച്ചുകൂടി. ഈ മൂന്നു ദിവസവും ന്യായാധിപന്മാരുടെയും സാക്ഷികളുടെയും വക്കീൽമാരുടെയും ഉദ്യോഗസ്ഥന്മാരുടെയും സംഘം എന്റെ കലങ്ങിയ കാഴ്ചക്കു മുന്നിൽ ഒരു മായാരൂപ പരമ്പര പോലെ വരികയും പോകുകയും ചെയ്തുകൊണ്ടിരുന്നു.

അസ്വസ്ഥതയും ഭയവും മൂലം ആദ്യത്തെ രണ്ടു രാത്രികൾ എനിക്ക് ഉറങ്ങാൻ കഴിഞ്ഞിരുന്നില്ല. മൂന്നാം നാൾ ക്ഷീണവും തളർച്ചയും മൂലം ഞാനുറങ്ങിപ്പോയിരുന്നു. അർദ്ധരാത്രിയിൽ ജൂറിമാർ കൂടിയാലോചന നടത്തുന്നത് ഞാൻ കണ്ടു. എന്നെ ജയിലറയിലെ വൈക്കോൽ കൂമ്പാരത്തിലേക്കു തിരിച്ചു കൊണ്ടുവന്നു. ഞാനവിടെ തൽക്ഷണം അഗാധനിദ്രയിലാണ്ടു-വിസ്മൃതിയുടെതായ നിദ്ര. ദീർഘനേരത്തെ ഉണർച്ചക്കു ശേഷം എനിക്കു ലഭിച്ച മനഃസ്വസ്ഥതയുടെ ആദ്യ മണിക്കൂറുകളായിരുന്നു ഇവ.

എന്നെ ഉണർത്താൻ അവർ ആളെ അയച്ചപ്പോൾ ഈ വിസ്മൃതിയിൽ മൂടപ്പെട്ടു കിടക്കുകയായിരുന്നു ഞാൻ. ജയിലറുടെ കനത്ത കാലൊച്ചയ്ക്കോ ഇരുമ്പു ഷൂസിന്നോ താക്കോലുകളുടെ കിലുക്കത്തിന്നോ വാതിൽപൂട്ടിന്റെ തുരുമ്പിച്ച ചട്ടക്കൂടിന്നോ എന്റെ ഗാഢനിദ്രയെ ഭേദിക്കാനായില്ല. എന്റെ കാതിൽ അയാളുടെ ക

റോര ശബ്ദവും എന്റെ ഹസ്തത്തിൽ അയാളുടെ പരുക്കൻ കയ്യും വേണ്ടി വന്നു മഹാസുഷുപ്തിയിൽ നിന്ന് എന്നെ ഉണർത്താൻ.

"വരൂ," അയാൾ ഒച്ചയിട്ടു. "ഉടനെ എഴുന്നേല്ക്കൂ!"

ഞാൻ കണ്ണുതുറന്ന് പുൽമെത്തയിൽ നിന്ന് ഞെട്ടിയെഴുന്നേറ്റു. പകൽവെട്ടം വീണു കഴിഞ്ഞിരുന്നു. ഈ നിമിഷം, എന്റെ ജയിലറയുടെ ഉയരമുള്ളതും ഇടുങ്ങിയതുമായ ജനാലയിലൂടെ അടുത്ത ഇടനാഴിയുടെ മേൽത്തട്ടിൽ ഞാനൊരു മഞ്ഞവെളിച്ചം കണ്ടു. (എനിക്കു കാണാൻ അനുവാദമുള്ള ഏക മുകൾപരപ്പ് ആ മേൽത്തട്ടായിരുന്നു.) സൂര്യപ്രകാശം തിരിച്ചറിയാൻ ജയിലിലെ ഇരുട്ട് കണ്ണുകളെ പൊരുത്തപ്പെടുത്തിയതായിരുന്നു ആ മഞ്ഞവെളിച്ചം. സൂര്യപ്രകാശത്തെ ഞാൻ എത്രമാത്രം ഇഷ്ടപ്പെടുന്നുവെന്നോ!

"ഒരു സുന്ദരമായ ദിവസം!" ഞാൻ ജയിലറോടു പറഞ്ഞു.

മറുപടി പറയാതെ ഒരു നിമിഷം അയാൾ നിലകൊണ്ടു. ഒരു വാക്കു ചെലവഴിക്കുന്നത് ഗുണകരമായേക്കുമോ എന്ന അനിശ്ചിതത്വത്തിലായിരുന്നു അയാൾ. പിന്നീട് വല്ലാതെ പണിപ്പെട്ടുവെന്ന വണ്ണം അയാൾ തണുത്തമട്ടിൽ പിറുപിറുത്തു: "ഏറെക്കുറെ അങ്ങനെത്തന്നെ."

ഞാൻ പുഞ്ചിരിക്കുന്ന ചുണ്ടുകളോടെ അനങ്ങാതെ നിന്നു. എന്റെ ഇന്ദ്രിയങ്ങൾ അർദ്ധ സുഷുപ്തിയിലാണ്. മേൽത്തട്ടിൽ വെട്ടിത്തിളങ്ങിക്കൊണ്ടിരുന്ന മൃദുവായ ആ സ്വർണ്ണവെളിച്ചത്തിൽ എന്റെ കണ്ണുകൾ തറച്ചു നിന്നു.

"എന്തൊരു മനോഹരമായ ദിവസം!" ഞാൻ ആവർത്തിട്ടു.

"അതെ," ജയിലർ പറഞ്ഞു; "അവർ നിങ്ങളെ കാത്തുനിൽക്കുകയാണ്."

പ്രാണിയുടെ പ്രയാണത്തെ തടഞ്ഞുനിർത്തുന്ന ഒരു ചിലന്തിവല പോലെ ഈ കുറഞ്ഞ വാക്കുകൾ എന്റെ അവസ്ഥയുടെ യാഥാർത്ഥ്യത്തിലേക്ക് എന്നെ തിരികെ വലിച്ചെറിഞ്ഞു. ഗൗരവപ്രകൃതമാർന്ന നീതിന്യായക്കോടതി. ന്യായാധിപന്മാരുടെ സംഘം, രക്തച്ചുവപ്പുള്ള അവരുടെ വസ്ത്രം, വിഡ്ഢികളെന്നു തോന്നിപ്പിക്കുന്ന സാക്ഷികളുടെ മൂന്നു നിരകൾ, എന്റെ ബെഞ്ചിന്റെ അങ്ങേത്തലയ്ക്കൽ രണ്ടു ഭടന്മാർ, കാറ്റിൽ ഇളകിയാടുന്ന കറുത്ത വസ്ത്രങ്ങൾ, ഇരുളിന്റെ ആഴത്തിൽ ഞെരുങ്ങിയമരുന്ന ജനക്കൂട്ടത്തി

ന്റെ തലകൾ-ഇവയെല്ലാം ഒരു മിന്നൽ വെളിച്ചത്തിലെന്ന പോലെ ഞാൻ തൽക്ഷണം ഭാവനയിൽ കണ്ടു. ആ പന്ത്രണ്ടു ജൂറിമാരുടെയും തറച്ച നോട്ടം എന്റെ മേൽ പതിയുന്നതായി ഞാനൂഹിച്ചു. ഞാൻ ഉറങ്ങുമ്പോൾ അവർ ഉറക്കമൊഴിച്ച് കേസു പഠിക്കുകയായിരുന്നുവല്ലോ.

ഞാൻ എഴുന്നേറ്റു. എന്റെ പല്ലുകൾ കൂട്ടിയിടിച്ചു. കൈകൾ വിറച്ചു. ആദ്യകാൽവെപ്പിൽത്തന്നെ ഞാൻ വീണുപോയേക്കുമെന്നു തോന്നി. അത്രയും ദുർബ്ബലമായിരുന്നു എന്റെ അവയവങ്ങൾ. എങ്കിലും ജയിലറെ ഞാൻ സാവധാനം അനുഗമിച്ചു.

ജയിലറയുടെ വാതിൽക്കൽ രണ്ടു ഭടന്മാർ എനിക്കുവേണ്ടി കാത്തുനിന്നു. അവർ കയ്യാമം എടുത്തുമാറ്റി. അതൊരു സ്വപ്നത്തിലെന്നപോലെയാണ് നടന്നത്.

ഉൾഭാഗത്തെ ഒരു മുറ്റം ഞങ്ങൾ കുറുകെ കടന്നു. ഊഷ്മളവും സുഖകരവുമായ പ്രഭാതത്തിലെ അന്തരീക്ഷം എനിക്ക് നവോന്മേഷം നൽകി. ഞാൻ തല ഉയർത്തി. ആകാശം കാർമേഘരഹിതമായിരുന്നു. പൊക്കമേറിയ ചിമ്മിനികൾ ഭാഗികമായി തടസ്സപ്പെടുത്തിയതെങ്കിലും സൂര്യന്റെ ഊഷ്മള രശ്മികൾ ജയിലിന്റെ ഉന്നതവും ഗംഭീരവുമായ മതിലിന്മേൽ പ്രകാശത്തിന്റെ വർണ്ണോജ്ജ്വല കോണുകൾ വരച്ചിട്ടു. തീർച്ചയായും അതൊരു ഹൃദ്യമായ ദിവസമായിരുന്നു.

ഞങ്ങൾ ചുറ്റിക്കറങ്ങുന്ന ഒരു കോണി കയറി. ഒരു ഇടനാഴി കടന്നു. പിന്നീട് മറ്റൊന്ന്. ശേഷം മൂന്നാമതൊന്ന്. തുടർന്ന് ഉയരം കുറഞ്ഞ ഒരു വാതിൽ തുറക്കപ്പെട്ടു. ആരവത്തോടെ ചൂടുള്ള വായുവിന്റെ ഒരു പ്രവാഹം അതിൽ നിന്ന് പുറത്തേക്കു കുതിച്ചു. നീതിന്യായ കോടതിയിലെ ജനക്കൂട്ടത്തിന്റെ നിശ്വാസവായു ആയിരുന്നു അത്. ഞാൻ കോടതിക്കകത്തേക്കു കടന്നു.

എന്റെ സാന്നിദ്ധ്യം മൂലം ഹാളിൽ കയ്യടിയൊച്ചയും സംസാരത്തിന്റെ മൂളിച്ചയും പ്രതിദ്ധ്വനിച്ചു. ആരവത്തോടെ ബെഞ്ചുകൾ മാറ്റിയിട്ടു. സൈനികരാൽ മതിൽകെട്ടി മാറ്റിനിർത്തിയിരുന്ന ജനക്കൂട്ടത്തിന്നിടയിലൂടെ നീളമേറിയ ചാംബർ ഞാൻ മുറിച്ചുകടന്നപ്പോൾ ഞാനാണ് ആകർഷണകേന്ദ്രമെന്ന് വേദനയോടെ മനസ്സിലാക്കി. അവരെല്ലാം എന്നിൽ കണ്ണുംനട്ട് വാ പൊളിച്ച് നോക്കുകയായിരുന്നു.

ഈ നിമിഷം എന്റെ കൈകളിൽ വിലങ്ങില്ലെന്ന് ഞാൻ മനസ്സിലാക്കി. എന്നാൽ എപ്പോഴാണ്, എവിടെവെച്ചാണ് അത് എടുത്തുമാറ്റിയതെന്ന് ഓർത്തെടുക്കാൻ എനിക്കു കഴിഞ്ഞില്ല.

ഒടുവിൽ ജയിലഴികൾക്ക് എന്റെ സ്ഥലത്ത് ഞാനെത്തി. അവിടെ ആഴമേറിയ നിശ്ശബ്ദതയായിരുന്നു. ജനക്കൂട്ടത്തിലെ ബഹളം നിലച്ച അതേ നിമിഷം എന്റെ ചിന്തയിലും അതു നിലച്ചിരുന്നു. തിരിച്ചറിവിന്റേതായ പെട്ടെന്നുള്ള ഒരു വ്യക്തത എന്നിലേക്കു കടന്നുവന്നു. ഞാനത് ഉടനെ തീർത്തും മനസ്സിലാക്കി. അലങ്കോലപ്പെട്ട മാനസികാവസ്ഥയിൽ ഇതുവരെയും എനിക്കത് കണ്ടെത്താൻ കഴിഞ്ഞിരുന്നില്ല. അതെന്തായിരുന്നുവെന്നോ നിർണ്ണായകമായ ആ നിമിഷം വന്നുചേർന്നിരിക്കുന്നു! അവിടെ എന്റെ ശിക്ഷാവിധി പ്രഖ്യാപിച്ചിരിക്കുന്നു!

വിശദീകരിക്കാൻ കഴിയുന്നവർ വിശദീകരിക്കട്ടെ: ഈ ചിന്ത എന്റെ മനസ്സിലേക്കു കടന്നുവന്ന രീതി വെച്ചു നോക്കുമ്പോൾ, അതെന്നിൽ ഭയം ഉളവാക്കിയില്ല! ജനാലകൾ തുറന്നു കിടന്നിരുന്നു. നഗരത്തിന്റെ ആരവം തടസ്സമില്ലാതെ അവയ്ക്കിടയിലൂടെ കടന്നുവന്നു. ഒരു വിവാഹത്തിനെന്നപോലെ മുറിയിൽ വെളിച്ചമുണ്ടായിരുന്നു. ഉല്ലാസപ്രദമായ സൂര്യകിരണങ്ങൾ ജനാലകളുടെ ദീപ്തരൂപങ്ങൾ അങ്ങുമിങ്ങും കോറിയിട്ടു. ചിലപ്പോഴവ തറയിൽ നീണ്ടു കിടന്നു; മേശമേൽ പരന്നു കിടന്നു. മറ്റു ചിലപ്പോൾ ഭിത്തിയുടെ കോണുകൾ അവയെ ഭേദിച്ചു. ഓരോ ജനാലയുടെയും ഉജ്ജ്വലമായ ചതുരാകൃതിയിൽ നിന്ന് നൃത്തമാടുന്ന സ്വർണ്ണകിരണരാജികളുടെ രൂപത്തിൽ വായുവിലൂടെ രശ്മികൾ പതിച്ചു.

ഹാളിലെ അങ്ങേത്തലയ്ക്കലെ ന്യായാധിപന്മാർ തൃപ്തികരമായ ഒരു മുഖഭാവമാണ് കൈക്കൊണ്ടിരുന്നത്. തങ്ങളുടെ അദ്ധ്വാനം താമസിയാതെ പൂർത്തീകരിക്കപ്പെടുമല്ലോ എന്ന തിരിച്ചറിവുമൂലമായിരിക്കാം അത്. സൂര്യകിരണങ്ങളേറ്റ് മൃദുവായി തിളങ്ങിയിരുന്ന പ്രസിഡന്റിന്റെ മുഖത്ത് ശാന്തവും സൗഹൃദപരവുമായ ഭാവമാണുണ്ടായിരുന്നത്. തന്റെ സമീപത്ത് ഇരിപ്പുറപ്പിച്ചിരുന്ന കാണാൻ കൊള്ളാവുന്ന ഒരു സ്ത്രീയോട് ഒരു യുവ അഭിഭാഷകൻ സോല്ലാസം സംസാരിച്ചുകൊണ്ടിരുന്നു.

ജൂറിമാരുടെ മുഖത്തു മാത്രമാണ് വിളർച്ചയും തളർച്ചയും കാണപ്പെട്ടിരുന്നത്. രാത്രി മുഴുവനും ഉറക്കമൊഴിച്ചതു മൂലമുള്ള ക്ഷീ

ണം കൊണ്ടായിരിക്കാം ഇതെന്നു തോന്നുന്നു. വധശിക്ഷ വിധിക്കാൻ പോകുന്ന ആൾക്കാരാണ് അവരെന്ന് അവരുടെ മുഖഭാവങ്ങൾ സൂചന നൽകിയില്ല.

എനിക്കു നേരെ മുന്നിൽ ഒരു ജനാല തുറക്കപ്പെട്ടു കിടന്നിരുന്നു. താഴെ പൂച്ചന്തയിൽ നിന്ന് ഞാൻ ചിരിയൊച്ച കേട്ടു. ജനൽപ്പടിയിൽ ചന്തമാർന്ന ഒരു ചെടി വെയിലിൽ വെട്ടിത്തിളങ്ങി. ഇളംകാറ്റിൽ ഇളകിയാടിക്കളിച്ചു.

സാന്ത്വകമായ നിരവധി അനുഭൂതികൾക്കിടയിൽ കുടിലമായ ഏതെങ്കിലും ആശയത്തിന് എങ്ങനെയാണ് രൂപംകൊള്ളാൻ കഴിയുക? വായുവിനാലും വെയിലിനാലും വലയം ചെയ്യപ്പെട്ട എനിക്ക് സ്വാതന്ത്ര്യമൊഴികെ മറ്റൊന്നിനെക്കുറിച്ചും ചിന്തിക്കാൻ കഴിഞ്ഞില്ല. എനിക്കു ചുറ്റും പകൽവെളിച്ചം തെളിഞ്ഞതോടെ എന്റെയുള്ളിൽ പ്രത്യാശയുദിച്ചു. സ്വാതന്ത്ര്യത്തെയും ജീവിതത്തെയും കുറിച്ച് ഒരുത്തൻ ദിവസേന കണക്കുകൂട്ടുന്നതു പോലെ, ഞാനെന്റെ ശിക്ഷാവിധിക്കുവേണ്ടി ആത്മവിശ്വാസത്തോടെ കാത്തുനിന്നു.

ഇതിനിടെ എന്റെ വക്കീൽ എത്തിച്ചേർന്നു. ആസനസ്ഥനായശേഷം ഒരു പുഞ്ചിരിയോടെ അദ്ദേഹം എന്റെ നേർക്കു ചാഞ്ഞു.

"എനിക്കു പ്രതീക്ഷയുണ്ട്!" അദ്ദേഹം പറഞ്ഞു.

"ഓ, തീർച്ചയായും!" അതേ ലാഘവത്തിൽ ഞാൻ പറഞ്ഞു.

"അതെ" അദ്ദേഹം പ്രതിവചിച്ചു; "ജൂറിയുടെ തീരുമാനത്തെക്കുറിച്ച് ഇപ്പോഴും എനിക്കൊന്നും അറിയില്ല. എന്നാൽ നിങ്ങളുടേത് കരുതിക്കൂട്ടിയുള്ള ചെയ്തിയല്ലെന്ന് അവർ നിസ്സംശയമായും കണ്ടെത്തിയിട്ടുണ്ട്. അപ്പോഴത് ജീവപര്യന്തം കഠിനതടവ് മാത്രം" ആയിരിക്കും.

"എന്താണ് സാർ, താങ്കൾ ഉദ്ദേശിക്കുന്നത്? ഞാൻ അമർഷത്തോടെ ചോദിച്ചു. "ഞാൻ മരണമാണ് ഇഷ്ടപ്പെടുന്നത്!"

പിന്നീട് എന്റെ വക്കീലിനു വേണ്ടി മാത്രം കാത്തുനിൽക്കുകയായിരുന്ന പ്രസിഡന്റ് എനിക്ക് എഴുന്നേൽക്കാൻ സൂചന നൽകി. സൈനികർ ആയുധമേന്തി. ഒരു വൈദ്യുത ചലനമെന്നപോലെ സഭ മുഴുവനും തൽക്ഷണം എഴുന്നേറ്റു. കോടതിയുടെ താഴെ മേശയ്ക്കരികിൽ സ്ഥലം പിടിച്ചിരുന്ന താല്ക്കാലിക ന്യായാധിപൻ

വിധിന്യായം വായിച്ചു. എന്റെ അസാന്നിദ്ധ്യത്തിൽ ജൂറി അത് പ്രഖ്യാപിച്ചു.

* * *

എന്റെ ശരീരത്തിന്റെ ചട്ടക്കൂടിനു മുകളിലൂടെ ആതുരമായ ഒരു തണുപ്പ് കടന്നുപോയി. വീഴാതിരിക്കാൻ ഞാൻ ചുമരിൽ ചാരി നിന്നു.

"വക്കീൽ, ഈ വിധിന്യായം നടപ്പാക്കാതിരിക്കാൻ നിങ്ങൾക്ക് എന്തെങ്കിലും കാരണം ബോധിപ്പിക്കാനുണ്ടോ?" പ്രസിഡന്റ് ആരാഞ്ഞു.

എനിക്ക് ധാരാളം വാദിക്കാനുണ്ടെന്നു തോന്നി. പക്ഷേ, എനിക്കതിനുള്ള കരുത്തുണ്ടായിരുന്നില്ല. എന്റെ നാവ് വായിലേക്ക് ഇറങ്ങിപ്പോവുകയായിരുന്നു.

എന്റെ വക്കീൽ തത്സമയം എഴുന്നേറ്റുനിന്നു. ജൂറിയുടെ വിധിന്യായം മയപ്പെടുത്തി. വധശിക്ഷയ്ക്കു പകരം ജീവപര്യന്തം കഠിന തടവാക്കാനാണ് അദ്ദേഹത്തിന്റെ ശ്രമമെന്നു തോന്നി. ഇപ്രകാരമൊരു നിർദ്ദേശം മുമ്പ് ഉന്നയിച്ചപ്പോൾത്തന്നെ അദ്ദേഹം എന്നെ രോഷാകുലനാക്കിയിരുന്നു! എന്റെ ചിന്തകളെ വട്ടുപിടിപ്പിച്ച ആയിരം വികാരങ്ങളെ ഇനിയും കീഴടക്കാൻ തക്ക ശക്തിയുള്ളതാണ് ഈ രോഷം. അദ്ദേഹത്തോട് പണ്ടേ പറഞ്ഞ കാര്യങ്ങൾ ആവർത്തിക്കാൻ ഞാനാഗ്രഹിച്ചു. പക്ഷേ, എനിക്കു ശ്വാസതടസ്സം നേരിട്ടു. വിറയാർന്ന കരുത്തോടെ വിലപിച്ചുകൊണ്ട് അദ്ദേഹത്തിന്റെ കയ്യിൽ മുറുകെപ്പിടിക്കാൻ മാത്രമേ എനിക്കു കഴിഞ്ഞുള്ളൂ. "അരുത്!"

എന്റെ വക്കീലിന്റെ വാദങ്ങൾക്കെതിരായാണ് സർക്കാർ വക്കീൽ മറുപടി പറഞ്ഞത്. ഞാനദ്ദേഹത്തെ വിഡ്ഢിത്തം നിറഞ്ഞ സംതൃപ്തിയോടെ ശ്രദ്ധിച്ചു. അനന്തരം ന്യായാധിപന്മാർ കോടതിമുറി വിട്ടു. താമസിയാതെ തിരിച്ചെത്തിയ പ്രസിഡന്റ് എന്റെ വിധിന്യായം വായിച്ചു.

"വധശിക്ഷയ്ക്കു വിധിക്കപ്പെട്ടു," ജനക്കൂട്ടം വിളിച്ചു പറഞ്ഞു. എന്നെ കൊണ്ടുപോകുമ്പോൾ അവിടെ തടിച്ചു കൂടിയിരുന്നവർ എന്റെ കാല്പാടുകളിൽ ആവേശത്തോടെ ചവിട്ടിയമർത്തി. കലങ്ങിയ മനസ്സോടെ മിക്കവാറും അബോധാവസ്ഥയിലാണ് ഞാൻ

നടന്നിരുന്നത്. എന്റെയുള്ളിൽ ഒരു വിപ്ലവം നടന്നുകഴിഞ്ഞിരുന്നു. വധശിക്ഷയുടെ വിധിന്യായം വരെ മറ്റു ജീവികളെപ്പോലെ ശ്വസിക്കാനും സ്പന്ദിക്കാനും നിലനിൽക്കാനും കഴിഞ്ഞതായി തോന്നിയിരുന്നു. ഇപ്പോൾ എനിക്കും ലോകത്തിനും ഇടയിൽ ഒരു അതിർവരമ്പ് നിലനിൽക്കുന്നതായി വ്യക്തമായി അനുഭവപ്പെട്ടു. ഇക്കാലത്തോളം ഇത്തരമൊരു അവസ്ഥയിൻ കീഴിൽ എനിക്ക് ഒന്നുംതന്നെ സംഭവിച്ചതായി തോന്നുന്നില്ല. വലിയതും പ്രകാശം സ്ഫുരിക്കുന്നതുമായ ആ ജനാലകൾ, മനോഹരമായ ആ സൂര്യപ്രകാശം, വിമലമായ ആകാശം-അവയെല്ലാം വിളറിയതും ഭീതിദവുമായിരുന്നു. ശവം മൂടുന്ന തുണിയുടെ നിറം പോലെ. എന്റെ വഴിത്താരയിൽ ചവിട്ടിയമർത്തിയ ആ പുരുഷന്മാരും സ്ത്രീകളും കുട്ടികളും ഒരു മായക്കാഴ്ചപോലെ എനിക്കു തോന്നി.

കോണിച്ചുവട്ടിൽ കറുത്തതും വൃത്തികെട്ടതുമായ ഒരു ജയിൽ വണ്ടി കാത്തുകിടന്നിരുന്നു. അതിൽ കയറവേ, ചുറ്റുഭാഗവും ആകസ്മികമായി ഞാനൊന്നു വീക്ഷിച്ചു.

"വധശിക്ഷയ്ക്കു വിധിക്കപ്പെട്ട തടവുപുള്ളി!" വണ്ടിക്കടുത്തേക്ക് ഓടിവന്ന് ജനം ആർത്തട്ടഹസിച്ചു.

എനിക്കും മറ്റു സംഗതികൾക്കുമിടയിൽ തടസ്സം നിൽക്കുന്നതായി എനിക്കു തോന്നിയ മേഘത്തിന്നിടയിലൂടെ രണ്ടു ചെറിയ പെൺകുട്ടികളെ ഞാൻ തിരിച്ചറിഞ്ഞു. അവർ ഔത്സുക്യമാർന്ന കണ്ണുകളോടെ എന്നെ ഉറ്റുനോക്കുകയായിരുന്നു.

"ശരിയാണ്" കയ്യടിച്ചുകൊണ്ട് അവരിൽ ഏറ്റവും ചെറിയ പെൺകുട്ടി പറഞ്ഞു. "ആറ് ആഴ്ചക്കുള്ളിൽ അത് നടന്നിരിക്കും."

മൂന്ന്

വധശിക്ഷയ്ക്കു വിധിക്കപ്പെട്ടു!

ശരിയാണ്. എന്തുകൊണ്ട് അങ്ങനെ അല്ലാതായിക്കൂടാ? ഒരിക്കൽ ഇപ്രകാരം വായിച്ചതായി ഞാനോർക്കുന്നു; "എല്ലാ മനുഷ്യരാശിയും വധശിക്ഷയ്ക്കു വിധിക്കപ്പെടുന്നു, സന്ദിഗ്ദ്ധമായ ഇടക്കാല വിശ്രാന്തിയോടെ." പിന്നെയെങ്ങനെയാണ് എന്റെ അവസ്ഥക്ക് മാറ്റം വരിക?

എന്റെ ശിക്ഷാവിധി പ്രഖ്യാപിക്കപ്പെട്ടതു മുതൽ, ദീർഘജീ

വിതം കണക്കുകൂട്ടിയ എത്രപേർ മരിച്ചിട്ടുണ്ടാകും! യുവാക്കളും സ്വതന്ത്രരും നല്ല ആരോഗ്യമുള്ളവരുമായ എത്രപേർ എനിക്കുമുമ്പേ പോയിരിക്കും.! എന്റെ വധശിക്ഷയ്ക്കു സാക്ഷിയാകാൻ തീർത്തും ഉദ്ദേശിക്കപ്പെട്ടിട്ടുള്ളവരായിരുന്നു അവരെല്ലാം! തങ്ങൾക്കിഷ്ടപ്പെടുന്നയിടത്ത് ശുദ്ധവായു ശ്വസിച്ച് ഇപ്പോൾ അതിനുമിതിനുമിടയിൽ ഉലാത്തിക്കൊണ്ടിരിക്കുന്ന എത്ര പേർ എനിക്കു മുമ്പേ ഒരു പക്ഷേ, മരിച്ചുകൂടാ!

അങ്ങനെയാണെങ്കിൽ ഖേദിക്കത്തക്കതായി എന്താണ് എനിക്ക് ജീവിതത്തിലുള്ളത്? സത്യത്തിൽ മങ്ങിയ ത്രിസന്ധ്യയും ജയിലിലെ പഞ്ഞപ്പുല്ലപ്പവും തടവുപുള്ളികളുടെ ഭക്ഷണത്തൊട്ടിയിൽ നിന്നുള്ള തുച്ഛമായ സൂപ്പിന്റെ വിഹിതവും മാത്രം. പിന്നെ, വിദ്യാസമ്പന്നനായ എന്നോടുള്ള പരുക്കൻ പെരുമാറ്റം. നിർവ്വികാരന്മാരായ ജയിൽകാവൽക്കാരുടെ ക്രൂരമർദ്ദനം. എന്നോട് ഒരു വാക്കു സംസാരിക്കാനോ എനിക്കു സംസാരിക്കാനോ പറ്റിയ ഒരു മനുഷ്യജീവിയെയും കാണുകയില്ല. ഞാൻ ചെയ്തതിനെച്ചൊല്ലിയും എന്നോടു ചെയ്യാൻ പോകുന്നതിനെച്ചൊല്ലിയും നിരന്തരമായി ഞാൻ ഞെട്ടിത്തെറിക്കുന്നു. ആരാച്ചാർ എന്നെ ഇല്ലാതാക്കുന്നതുകൊണ്ടുള്ള ഏക ഗുണങ്ങൾ മിക്കവാറും ഇവയെല്ലാമാണ്!

ങ്ഹാ! എങ്കിലും ഇതു ഭീകരം തന്നെ.

നാല്

ഇവിടെ ഘോരമായ ഈ ബൈസെറ്റർ ജയിലിലേക്ക് ആ കറുത്ത കുതിരവണ്ടി എന്നെ കൊണ്ടുവന്നു.

അകലെനിന്നു വീക്ഷിച്ചാൽ ആ കെട്ടിടത്തിന്റെ രൂപം ഏറെക്കുറെ ഗംഭീരമാണ്. ഒരു കുന്നിനു മുന്നിൽ ചക്രവാളത്തിലേക്ക് അത് വ്യാപിക്കുന്നു. തെല്ലകലെ അതിന്റെ ഔജ്ജ്വല്യം കാത്തുസൂക്ഷിക്കുകയും ചെയ്യുന്നു-ഒരു രാജകൊട്ടാരത്തിന്റെ പ്രൗഢി, എന്നാൽ നിങ്ങൾ കെട്ടിടത്തെ സമീപിക്കുന്തോറും കൊട്ടാരം ഒരു അവശിഷ്ടമായി മാറുന്നു. തകർന്നടിഞ്ഞ നെറ്റിപ്പുറം നിങ്ങളുടെ കാഴ്ചയെ ഞെട്ടിക്കുന്നു. കെട്ടിടത്തിന്റെ മുഖപ്പിനെ മലിനപ്പെടുത്തുന്ന ദാരിദ്ര്യത്തിന്റെയും നാണക്കേടിന്റേതുമായ ഒരു മിശ്രിതമുണ്ട്. ജനാലകൾക്ക് ചില്ലുകളോ കതകുകളോ ഇല്ല. പകരം കനമേറി

യ വിലങ്ങനെയുള്ള ഇരുമ്പഴികളാണുള്ളത്. അങ്ങുമിങ്ങും ഇരുമ്പഴിക്കു നേരെ ഒരു കൊടുംപാപിയുടെയോ ഭ്രാന്തന്റെയോ പേടിപ്പെടുത്തുന്ന മുഖം അമർത്തിവെച്ചതായി കാണാം.

അഞ്ച്

ഞാനിവിടെ എത്തിച്ചേർന്നപ്പോൾ അധികാരത്തിന്റെ കൈ എന്റെ മേൽ പതിച്ചു. നിരവധി മുൻകരുതലുകൾ എടുക്കപ്പെട്ടിരുന്നു. ആഹാരം കഴിക്കാൻ കത്തിയോ മുള്ളോ അനുവദിക്കപ്പെട്ടിരുന്നില്ല. കോട്ടമില്ലാത്ത ഒരു അരച്ചട്ട എന്റെ കൈകളെ ബന്ധിച്ചു. കട്ടിയേറിയ പരുത്തിത്തുണികൊണ്ടുണ്ടാക്കിയ ഒരു തരം ചാക്കായിരുന്നു അത്. എന്റെ ശിക്ഷാവിധി റദ്ദാക്കിക്കിട്ടാൻ ഞാൻ ഹരജി കൊടുത്തിരുന്നു. അതിനാൽ ജയിലർമാർക്ക് ആറാഴ്ചയോ മറ്റോ ഉത്തരവാദിത്വം ഏല്ക്കേണ്ടിവരും. ശിരച്ഛേദത്തിനുള്ള ഗില്ലറ്റിന് ഇരയാക്കാൻ എന്നെ സുരക്ഷിതനും ആരോഗ്യവാനുമായി നിലനിർത്തേണ്ടത് ആവശ്യമായിരുന്നു!

ആദ്യത്തെ ഏതാനും നാളുകൾ വലിയൊരളവ് ശ്രദ്ധയോടെയാണ് എന്നോടു പെരുമാറിയത്. പക്ഷേ, അതെനിക്ക് ഭീകരമായിരുന്നു. കാവൽക്കാരന്റെ ആദരവോടുകൂടിയ പെരുമാറ്റത്തിന് കഴുമരത്തിന്റെ നിശ്വാസം. ഭാഗ്യവശാൽ, കുറച്ചു നാളുകൾ അവസാനിച്ചപ്പോഴേക്കും ശീലം അതിന്റെ സ്വാധീനം വീണ്ടെടുത്തു. ഒരു പൊതു മൃഗീയതയിൽ ഇതര തടവുപുള്ളികളുമായി അവരെന്നെ കൂട്ടിക്കലർത്തി. വിനയത്തിന്റെ ആ അസാധാരണ തരംതിരിവുകളിൽ ഉപരിയായി ഒന്നും തന്നെ നടത്തിയതുമില്ല. അത് ആരാച്ചാരെ എന്റെ സ്മരണയിൽ അനുസ്യൂതമായി നിലനിർത്തി.

ഇതു മാത്രമായിരുന്നില്ല പരിഷ്കരണം. എന്റെ യുവത്വം, എന്റെ വിദ്യാവാസന, ജയിൽ പുരോഹിതന്റെ പ്രത്യേക സംരക്ഷണം, ഇതിലെല്ലാം ഉപരി ഞാൻ ജയിലറെ സംബോധന ചെയ്ത ചില ലാറ്റിൻ പദങ്ങൾ (ഇവ അയാൾക്കു മനസ്സിലായില്ല). ഇവയെല്ലാം ഇതര തടവുപുള്ളികളുമായി ആഴ്ചയിലൊരു നടത്തം തരപ്പെടുത്താൻ എന്നെ സഹായിച്ചു. മാത്രമല്ല. എന്റെ ചലനത്തെ മരവിപ്പിച്ച കോട്ടമില്ലാത്ത അരച്ചട്ട മാറ്റുകയും ചെയ്തു. വളരെയേറെ വിമുഖതയോടെയാണെങ്കിലും അവരെനിക്ക് പേനയും കടലാസും

മഷിയും ഒരു രാത്രി വിളക്കും കൂടി തന്നു.

എല്ലാ ഞായറാഴ്ചയും പ്രാർത്ഥനയ്ക്കു ശേഷം വിനോദവേളയിൽ ജയിൽ മുറ്റത്ത് നടക്കാൻ എന്നെ അനുവദിച്ചിരുന്നു. അവിടെ വെച്ച് ഞാൻ തടവുകാരുമായി സംസാരിച്ചു. അത് അനിവാര്യവുമായിരുന്നു. ഈ നാശം പിടിച്ചവൻ ഉറ്റ സുഹൃത്തുക്കളെ ഉണ്ടാക്കുന്നു. അവരെന്നോട് തങ്ങളുടെ സാഹസകൃത്യങ്ങളെക്കുറിച്ച് പറയും. ഒരാളെ പീഡിപ്പിക്കാൻ അതു ധാരാളം മതിയാവും. എന്നാൽ അവർക്കതിനെക്കുറിച്ച് അഭിമാനമാണുള്ളതെന്ന് എനിക്കറിയാം. അവർ തങ്ങളുടെ ഗൂഢമായ ഭാഷാശൈലി എന്നെ പഠിപ്പിക്കാനും ശ്രമിക്കാറുണ്ട്. പൊതുഭാഷയിൽ നിന്ന് ഉരുത്തിരിച്ചെടുത്ത ഒരു കുത്സിതഭാഷാരീതിയാണത്, ബീഭത്സമായ വിസർജ്ജ്യം പോലെ എങ്കിലും ചിലപ്പോൾ അതിന് തനതായ ഒരു ഊർജ്ജമുണ്ട്. ഭീതിദമായ ഒരു ഭംഗി. തൂക്കിക്കൊല്ലുന്നതിനെ "വിധവയെ വിവാഹം ചെയ്യൽ" എന്നാണ് അവർ വിളിക്കുന്നത്! വധിക്കപ്പെട്ടവരുടെയെല്ലാം വിധവയാണ് കഴുമരത്തിന്റെ കയർ എന്ന സങ്കല്പത്തിലാണിത്! ഓരോ ക്ഷണവും ഗൂഢമായ കൗതുകകരമായ, വാക്കുകൾ ഉത്ഭവിക്കുന്നു. അധമവും ജുഗുപ്സാവഹവുമായ അവ എവിടെ നിന്ന് ഉരുത്തിരിഞ്ഞു വരുന്നുവെന്ന് ആർക്കും അറിവില്ല. ഇഴഞ്ഞു നീങ്ങുന്ന ഉരഗങ്ങളോടാണ് ആ വാക്കുകൾക്ക് സാദൃശ്യം. ഈ ഭാഷ സംസാരിക്കുന്നതു കേൾക്കുമ്പോൾ, നിങ്ങൾക്കു മുന്നിൽ പൊടി പിടിച്ച പഴന്തുണി കുടയുന്ന ഫലമാണുണ്ടാവുക.

ഈ മനുഷ്യരെങ്കിലും എന്നോടു ദയ കാണിക്കാറുണ്ട്. അവർ മാത്രമാണ് അപ്രകാരം ചെയ്യുന്നത്. ജയിലർമാരും കാവൽക്കാരും എന്റെ സാന്നിദ്ധ്യത്തിൽ അപവാദം പറയുകയും ചിരിക്കുകയും എന്നെക്കുറിച്ച് സംസാരിക്കുകയും ചെയ്യുന്നു, ഞാൻ വെറുമൊരു മൃഗമെന്ന പോലെ. എനിക്കവരോട് പരിഭവമില്ല.

ആറ്

ഞാൻ സ്വയം പറഞ്ഞു: "എഴുതാനുള്ള സൗകര്യം ഉണ്ടായിരിക്കേ എന്തുകൊണ്ട് എനിക്ക് അപ്രകാരം ചെയ്തുകൂടാ? പക്ഷേ, ഞാൻ എന്തിനെക്കുറിച്ചാണ് എഴുതുക? തണുത്തതും പരുക്കനുമായ കല്ലുകൾ കൊണ്ടുള്ള നാലു ഭിത്തികൾക്കിടയിലാണ് എന്നെ

കുടിയിരുത്തിയിരിക്കുന്നത്. എന്റെ ചുവടുവെയ്പുകൾക്ക് സ്വാതന്ത്ര്യമില്ല; എന്റെ കണ്ണുകൾക്ക് ചക്രവാളമില്ല. എതിർവശത്തെ പ്രൗഢഗംഭീരമായ ചുവരിന്മേൽ എന്റെ വാതിലിന്റെ ചട്ടക്കൂട് അടയാളപ്പെടുത്തുന്ന വെളിച്ചത്തിന്റെ ചതുരാകൃതിയുടെ പുരോഗതി യാന്ത്രികമായി നിരീക്ഷിക്കുക എന്നതാണ് എന്റെ ഏക തൊഴിൽ. പിന്നെ, ഞാൻ നേരത്തെ പറഞ്ഞതുപോലെ എപ്പോഴും ഒരേയൊരു ചിന്തയാണ് എന്റെ മനസ്സിൽ. കുറ്റകൃത്യത്തെയും ശിക്ഷയെയും മരണത്തെയും കുറിച്ചുള്ള ചിന്ത, ഒരേയൊരു ചിന്തയുള്ള എനിക്ക്, ഈ ലോകത്തിൽ ഇനിയൊന്നും ചെയ്യാനില്ലാത്ത എനിക്ക്, എന്താണ് പറയാൻ പറയുക? പാടുപെട്ട് എഴുതിയതിന്റെ മേന്മയുള്ള ശുഷ്ക്കവും ശൂന്യവുമായ ഈ തലച്ചോറിൽ ഞാനെന്താണ് കണ്ടെത്തുക?

"എന്തുകൊണ്ട് ഇല്ല?" എനിക്കു ചുറ്റും ആവർത്തനവിരസതയും നിറപ്പകിട്ടില്ലായ്മയും ആണെങ്കിൽ, എന്റെയുള്ളിൽ ഒരു കൊടുങ്കാറ്റ്, ഒരു സംഘർഷം, ഒരു ദുരന്തം ഇല്ലേ? എന്നെ ആവേശിച്ചിരിക്കുന്ന പ്രതിഷ്ഠിതമായ ഈ ചിന്ത ഓരോ മണിക്കൂറിലും ഓരോ മിനുട്ടിലും പുതിയൊരു രൂപം കൈക്കൊള്ളുന്നില്ലേ? സമയം അടുക്കുന്തോറും അതു വെറുക്കത്തക്കതായിത്തീരുന്നില്ലേ? എന്റെ ബഹിഷ്കൃതാവസ്ഥയിൽ ഞാനനുഭവിക്കുന്ന ഹിംസാത്മകവും അജ്ഞാനവുമായ എല്ലാ വികാരങ്ങളെയും സ്വയം പ്രതിപാദിക്കാൻ എന്തുകൊണ്ട് എനിക്കു ശ്രമിച്ചുകൂടാ? തീർച്ചയായും പ്രതിപാദ്യവിഷയം സമൃദ്ധമായുണ്ട്. എന്റെ ജീവിതം എത്ര ഹ്രസ്വമായിരുന്നാലും ധാരാളം വിഷയം ഉണ്ടായിരിക്കും. എന്റെ പേനയും മഷിയം ക്ഷയിക്കുംവരെ, ഈ മണിക്കൂർ മുതൽ എന്റെ അന്ത്യം വരെ ഈ വിഷയം നിറഞ്ഞുനിൽക്കും! ഇതിനു പുറമെ, എന്റെ തീവ്രനൊമ്പരത്തിന്റെ കഷ്ടപ്പാടിനെ കുറയ്ക്കാനുള്ള ഏകമാർഗ്ഗം അതിനെ ഗാഢമായി നിരീക്ഷിക്കുക എന്നതായിരിക്കും. അതിനെക്കുറിച്ചു പ്രതിപാദിക്കുന്നത് എനിക്കൊരു ജോലിയും നൽകും. പിന്നീട് ഞാനെഴുതുന്നത് ഉപയോഗമില്ലാത്തതായേക്കില്ല. മണിക്കൂർ തോറുമുള്ള, മിനുട്ടുതോറുമുള്ള, പീഡനങ്ങൾ തോറുമുള്ള, എന്റെ കഷ്ടപ്പാടുകളുടെ നാൾവഴിക്കുറിപ്പുകൾ ശാരീരികമായ തുടരാൻ കഴിയുന്ന നിമിഷത്തോളം മുന്നോട്ടു കൊണ്ടുപോകാൻ എനിക്കു കരുത്തുണ്ടെങ്കിൽ-പൂർത്തീകരിക്കപ്പെടേണ്ടതില്ലാത്ത ഈ ചരിത്രം,

അതേ സമയം കഴിയുന്നത്ര പൂർണ്ണമായത്-ഇത് മഹത്തും ആഴമേറിയതുമായ ഒരു പാഠം പ്രദാനം ചെയ്തേക്കില്ലേ? തീവ്രവേദനയുളവാക്കുന്ന ചിന്തയുടെ ഈ പ്രക്രിയയിൽ, സദാസമയവും വർദ്ധിച്ചുകൊണ്ടിരിക്കുന്ന ഈ വേദനയിൽ വധശിക്ഷയ്ക്കു വിധിക്കപ്പെട്ട ഒരു മനുഷ്യന്റെ ധൈഷണികമായ വ്യവച്ഛേദനത്തിൽ, വധശിക്ഷക്കു വിധിക്കപ്പെട്ടവർക്ക് ഒന്നിൽ കൂടുതൽ പാഠങ്ങൾ ഉണ്ടായിരിക്കുകയില്ലേ? 'നീതിയുടെ ത്രാസ്' എന്ന് അവർ വിളിക്കുന്നതിലേക്ക് ഒരു മനുഷ്യജീവനെ എടുത്തെറിയുമ്പോൾ, ഒരുപക്ഷേ, വായന അവരെ അശ്രദ്ധാലുക്കളാക്കിയേക്കാം. വധശിക്ഷാ വിധിപ്രഖ്യാപനത്തിന്റെ ത്വരിതമായ മാർഗ്ഗത്തിൽ അന്തർഭവിച്ചിരിക്കുന്ന പീഢനങ്ങളുടെ സാവധാനത്തിലുള്ള കാലക്രമത്തെക്കുറിച്ച് അവർ ഒരിക്കലും ചിന്തിച്ചിട്ടുണ്ടാവില്ല. അവർ വെട്ടിച്ചെറുതാക്കുന്ന ദിവസങ്ങൾക്കുടമയായ മനുഷ്യനിൽ അനശ്വരമായൊരു ആത്മാവുണ്ടെന്ന സുപ്രധാന ആശയത്തെക്കുറിച്ച് അവരെപ്പോഴെങ്കിലും ചിന്തിച്ചിട്ടുണ്ടോ? ആ ആത്മാവ് മരിക്കാൻ ഒരുക്കമല്ലാത്ത ഒരു ജീവിതത്തെക്കുറിച്ച്, ഒരു ആത്മാവിനെക്കുറിച്ച് കണക്കുകൂട്ടിയിരുന്നതല്ലേ? അവർ വധശിക്ഷയൊഴികെ മറ്റൊന്നും കാണുന്നില്ല. വധശിക്ഷയ്ക്ക് വിധിക്കപ്പെട്ടവർക്ക് മുൻകാലത്ത് നടന്നതോ പിൽകാലത്ത് നടന്നതോ ആയ ഒന്നും തന്നെയില്ലെന്ന് അവർ ഉറച്ചു വിശ്വസിക്കുന്നു!

ഈ കടലാസുകെട്ട് അവരെ ചതിക്കില്ല. ഏതെങ്കിലുമൊരു ദിവസം ഇത് പ്രസിദ്ധീകരിക്കപ്പെടുകയാണെങ്കിൽ, മനസ്സിന്റെ വ്യാധിയെക്കുറിച്ച് ചിന്തിക്കാൻ ഏതാനും നിമിഷം അവർ ചെലവഴിക്കും. കാരണം, മനസ്സിന്റെ കാര്യത്തിലാണ് അവർ പരിഗണന നൽകാത്തത്. മിക്കവാറും പീഢയേൽപ്പിക്കാത്ത ശരീരത്തെ നശിപ്പിക്കാനുള്ള കഴിവിന്റെ ശക്തിയിൽ അവർ വിജയിക്കുന്നു. ഇതെന്തൊരു തരംതാണ പരിഗണനയാണ്! മനസ്സിന്റെ വേദനയുമായി താരതമ്യപ്പെടുത്തുമ്പോൾ ശരീരത്തിന്റെ വേദന എത്ര നിസ്സാരം! തീർച്ചയായും ഒരു ദിനം വരും. ഒരു വേള ഈ സ്മരണകൾ ഒരു ഏകാന്ത ഹതഭാഗ്യന്റെ ഈ അവസാന വെളിപ്പെടുത്തലുകൾ, മനുഷ്യരാശിക്ക് ധാരാളം സംഭാവന അർപ്പിച്ചിട്ടുണ്ടാകും.

എന്റെ മരണാനന്തരം ഈ കടലാസുകെട്ടുകൾ ചളിനിറഞ്ഞ മുറ്റത്തേക്ക് കാറ്റ് കൊണ്ടുപോവുകയില്ലെങ്കിൽ അല്ലെങ്കിൽ കാവൽ

കെട്ടിടത്തിന്റെ പൊട്ടിപ്പൊളിഞ്ഞ ജനാലയിൽ ആ കടലാസുകൾ ഒട്ടിക്കുമ്പോൾ അവ മഴയിൽ കുതിർന്ന് അലിഞ്ഞു നശിച്ചില്ലെങ്കിൽ മാത്രമേ എന്റെ സ്മരണകൾക്ക് സംഭാവന അർപ്പിക്കാനാകൂ.

ഏഴ്

ഞാനെഴുതുന്നത് ഒരുനാൾ മറ്റുള്ളവർക്ക് ഉപകാരപ്രദമായേക്കാമെന്നും ന്യായാധിപനെ തന്റെ തീരുമാനത്തെക്കുറിച്ച് ചിന്തിക്കാൻ അതു പ്രേരിപ്പിക്കുമെന്നും ഞാൻ വധശിക്ഷയ്ക്കു വിധിക്കപ്പെട്ടതുപോലെയുള്ള തീവ്രമനോവേദനയിൽനിന്ന് (നിരപരാധികളോ അപരാധികളോ) ആയ ഹതഭാഗ്യരെ അത് രക്ഷപ്പെടുത്തിയേക്കാമെന്നും കരുതൂ. എന്തുകൊണ്ട് ഞാനതു ചെയ്യണം? അതുകൊണ്ട് എന്താണ് പ്രശ്നം? എന്റെ ജീവൻ എടുത്തു കഴിയുമ്പോൾ, അവർ മറ്റുള്ളവരുടെ ജീവൻ എടുത്താൽ അത് എനിക്ക് എന്ത് പ്രശ്നമാണുണ്ടാക്കുക. അത്തരമൊരു വിഡ്ഢിത്തരത്തെക്കുറിച്ച് യഥാർത്ഥത്തിൽ ഞാൻ ചിന്തിച്ചിട്ടുണ്ടോ? മാരകമാം വിധം, ഞാൻ കയറിയിരുന്ന കഴുമരം വലിച്ച് താഴെ എറിയുക എന്ന വിഡ്ഢിത്തരം

* * *

എന്ത്! സൂര്യപ്രകാശം, വസന്തം, നിറയെ പൂക്കളും പക്ഷികളുമുള്ള വയലേലകൾ, മേഘങ്ങൾ, വൃക്ഷങ്ങൾ, പ്രകൃതി, സ്വാതന്ത്ര്യം, ജീവിതം-ഇവയെല്ലാം ഇനിമേൽ എന്റേതാവില്ലല്ലോ!

ങ്ഹാ, ഞാൻ എന്നെത്തന്നെയാണ് രക്ഷിക്കാൻ ശ്രമിക്കേണ്ടത്! താമസിയാതെ-നാളെ, ഒരുപക്ഷേ, ഇന്ന്-ഞാൻ മരിക്കുമെന്നത് ശരിയ്ക്കും സത്യമാവാനിടയില്ലേ? ഇതെല്ലാം അപ്രകാരം തന്നെയാണോ? ഓ, ദൈവമേ! ജയിലറയിൽ കിടന്ന് ഞാൻ സ്വയം നശിക്കുക-എന്തൊരു ഭീകരമായ ചിന്ത!

എട്ട്

ഒരു തടവുപുള്ളിയുടെ വധശിക്ഷാ പ്രഖ്യാപനത്തിന്റെയും ശിക്ഷ നടപ്പാക്കുന്നതിന്റെയും ഇടയിൽ പൊതുവെ എത്ര സമയം കടന്നു പോകുന്നുണ്ടെന്ന് ഞാനൊന്നു പരിശോധിക്കട്ടെ.

ശിക്ഷാവിധി പ്രഖ്യാപിച്ചു കഴിഞ്ഞാൽ അത് റദ്ദാക്കിക്കിട്ടു

ന്നതിനുള്ള അന്തിമ ഹരജി സമർപ്പിക്കാൻ തടവുപുള്ളിയ്ക്കു മൂന്നു ദിവസത്തെ കാലാവധിയുണ്ട്.

ഹരജി മന്ത്രിയ്ക്ക് അയച്ചുകൊടുക്കുന്നതിനു മുമ്പ് അസ്സൈസ് കോടതിയിൽ ഒരാഴ്ച അതവിടെ വിസ്മൃതിയിൽ കിടക്കും. മന്ത്രിയുടെ കാര്യാലയത്തിൽ രണ്ടാഴ്ചയാണ് വിസ്മൃതിയിൽ കിടക്കുക. പരിശോധനക്കു ശേഷം മന്ത്രി അത് "കോർ ഡി കസാഷനി"ലേക്ക് അയച്ചു കൊടക്കുണം എന്നാണ് കരുതപ്പെടുന്നതെങ്കിലും അത്തരം കടലാസ്സുകൾ അവിടെ ഉണ്ടെന്നുപോലും അദ്ദേഹത്തിന് അറിയുകയില്ല.

പിന്നീട് തരംതിരിവ്, നമ്പറിടൽ, പേരു ചേർക്കൽ, തുടർന്ന് തല ഛേദിക്കേണ്ടവരുടെ ഗില്ലറ്റിൻ ലിസ്റ്റ് പൂർത്തിയാക്കും. ആരും തന്നെ തങ്ങളുടെ ഊഴത്തിനു മുമ്പ് പോകരുത്! രണ്ടാഴ്ച കൂടി കാത്തുനിൽപ്പ്. പിന്നീട് കോടതി ചേരുന്നു. ഇരുപത് ഹരജികൾ ഒന്നിച്ച് തിരസ്ക്കരിക്കുന്നു. അവയെല്ലാം മന്ത്രിയുടെ അടുത്തേക്ക് തിരിച്ചയക്കുന്നു. മന്ത്രി അത് സർക്കാർ വക്കീലിന് തിരിച്ചയക്കുന്നു. വക്കീൽ അത് ആരാച്ചാർക്ക് തിരിച്ചയക്കുന്നു. ഇത് മൂന്നോ അതിലധികമോ ദിവസം എടുക്കും.

നാലാം ദിവസം കാലത്ത് സർക്കാർ വക്കീലിന്റെ ഡെപ്യൂട്ടികളും രജിസ്രേറ്റാർ ഉദ്യോഗസ്ഥനും വധശിക്ഷ നിറവേറ്റാനുള്ള ഉത്തരവ് തയ്യാറാക്കുന്നു. പിറ്റേന്ന് പകൽവെട്ടം വീഴുമ്പോൾ മുതൽ കഴുമരം ഉയർത്തുന്നതിന്റെ ഒച്ച കേൾക്കാം. നാല്ക്കവലകളിൽ പരുഷമായ ഒച്ചയും ആർപ്പു വിളിയും.

മൊത്തം ആറ് ആഴ്ച. ആ കൊച്ചുപെൺകുട്ടിയുടെ കണക്കുകൂട്ടൽ ശരിയായിരുന്നു! ഇപ്പോൾ ഈ നശിച്ച ജയിലിൽ ചുരുങ്ങിയത് അഞ്ച് ആഴ്ചയായി ഞാൻ കിടക്കാൻ തുടങ്ങിയിട്ട് (ഒരുപക്ഷേ, ആറാഴ്ചയാവാം. അത് കണക്കാൻ എനിക്കു ധൈര്യമില്ല.) ചിലപ്പോൾ മൂന്നു ദിവസം കൂടുതൽ പോലുമാവാം എന്നു ഞാൻ കരുതുന്നു.

ഒമ്പത്

ഞാനെന്റെ മരണപത്രം ഇപ്പോൾ തയ്യാറാക്കിക്കഴിഞ്ഞതേയുള്ളൂ. എന്തായിരുന്നു ഇതിന്റെ പ്രയോജനം? എനിക്കെന്റെ ചെ

ലവുകൾ വഹിക്കേണ്ടതുണ്ട്. എന്റേതായിട്ടുള്ളതെല്ലാം കഷ്ടിച്ചേ മതിയാകൂ. ബലാൽക്കാരമായ ഒരു മരണം ചെലവേറിയതാണ്.

എന്റെ മരണശേഷം ഒരു അമ്മ അവശേഷിക്കുന്നു. ഒരു ഭാര്യ അവശേഷിക്കുന്നു, ഒരു കുഞ്ഞ് അവശേഷിക്കുന്നു, മൂന്നു വയസ്സ് പ്രായമായ ഒരു കൊച്ചു പെൺകുട്ടിയാണ് ആ കുഞ്ഞ്. സൗമ്യയും മൃദുലയുമായവൾ. വലിയ കറുത്ത കണ്ണുകളും ചെസ്റ്റ്നട്ട് പഴത്തിന്റെ നിറമുള്ള മുടിയുമുള്ളവൾ. അവസാനത്തെ തവണ കണ്ടപ്പോൾ രണ്ടു കൊല്ലവും ഒരു മാസവും ആയിരുന്നു അവളുടെ പ്രായം.

ഇപ്രകാരം എന്റെ മരണാനന്തരം, പുത്രനില്ലാത്ത, ഭർത്താവില്ലാത്ത, അച്ഛനില്ലാത്ത മൂന്നു സ്ത്രീകൾ ഉണ്ടായിരിക്കും. വ്യത്യസ്ത തലങ്ങളിൽ മൂന്നു അനാഥകൾ. നിയമത്തിന്റെ വകുപ്പനുസരിച്ച് മൂന്നു വിധവകൾ.

എനിക്ക് ന്യായമായ ശിക്ഷയാണ് കിട്ടിയതെന്ന് ഞാൻ തുറന്നു സമ്മതിക്കുന്നു. പക്ഷേ, നിരപരാധികളായ ഈ ജീവികൾ, അവർ എന്തു തെറ്റാണ് ചെയ്തിട്ടുള്ളത്? അതുപോട്ടെ; അവർ അപമാനിക്കപ്പെടും, അവർ നശിപ്പിക്കപ്പെടും; അപ്പോൾ ഇതാണ് നീതി!

എനിക്ക് ഇത്രയേറെ വിഷമം തോന്നുന്നത് പ്രായമേറിയ എന്റെ പാവം അമ്മയെ കണക്കിലെടുത്തു കൊണ്ടല്ല. അവർ കുറെക്കാലം ജീവിച്ചതാണല്ലോ. ഈ വിപത്തിനെ അവർ അതിജീവിക്കില്ല. ഇനി കുറച്ചുകാലം കൂടി ജീവിച്ചിരിക്കുകയാണെങ്കിൽത്തന്നെ, വളരെക്കുറച്ചു മാത്രം കഷ്ടപ്പെടത്തക്കവിധം അവരുടെ വികാരങ്ങൾക്ക് മൂർച്ചയറ്റിരിക്കുന്നു.

ഞാൻ ഏറ്റവുമേറെ ദുഃഖം അനുഭവിക്കുന്നത് എന്റെ ഭാര്യയെച്ചൊല്ലിയുമല്ല. അവൾ ഇപ്പോൾ തന്നെ ദയനീയമായ ആരോഗ്യാവസ്ഥയിലാണ്. ബുദ്ധിയുടെ കാര്യത്തിലും ദുർബ്ബലയാണ്. അവളുടെ വിവേചനശേഷി തകർന്നടിയും. ഇക്കാര്യത്തിൽ, മരണത്തിലെന്നപോലെ മനസ്സ് നിദ്രകൊള്ളുകയാൽ അവളുടെ ആത്മാവ് കഷ്ടപ്പെടുകയില്ല.

പക്ഷേ, എന്റെ മകൾ, എന്റെ പൊന്നുകുഞ്ഞ്, എന്റെ പാവം കൊച്ചുമേരി. ഈ നിമിഷത്തിലും ചിരിക്കുകയും കളിക്കുകയും പാടുകയും ചെയ്യുന്നവൾ; തിന്മയെക്കുറിച്ച് സ്വപ്നം കാണാത്തവൾ!

ങ്ഹാ, അവളെക്കുറിച്ചുള്ള ചിന്തയാണ് എന്നെ തളർത്തുന്നത്!

പത്ത്

എന്റെ ജയിലിനെക്കുറിച്ചുള്ള വിവരണമിതാ: എട്ടടി സമചതുരം; കരിങ്കൽ കൊണ്ടുള്ള നാലുചുവരുകൾ; കല്ലു പാകിയ തറ. ഒരു വശത്തെ മൂല ഉറക്കറയായി ഉപയോഗിക്കുന്നു. ഇവിടെ ഒരു കെട്ട് വൈക്കോൽ അലക്ഷ്യമായി വിരിച്ചിരിക്കുന്നു. തടവുപുള്ളിക്ക് വിശ്രമിക്കാനും ഉറങ്ങാനും വസ്ത്രം മാറ്റാനും ഉള്ള സ്ഥലം ഇതാണെന്നു കരുതുന്നു. ശൈത്യകാലത്തായാലും വേനൽക്കാലത്തായാലും നേരിയ ലിനൻ തുണിയാണ് ധരിക്കാൻ ലഭിക്കുക. കർട്ടണു പകരം എന്റെ തലയ്ക്കു മുകളിൽ കട്ടിയേറിയ ചിലന്തിവലയുടെ മേലാപ്പാണുള്ളത്. അത് പഴകി ജീർണ്ണിച്ച പതാകപോലെ തൂങ്ങിക്കിടക്കുന്നു. ബാക്കി കാര്യം പറയുകയാണെങ്കിൽ ജനാലകളില്ല; വായു സഞ്ചാരത്തിനുള്ള ദ്വാരം പോലുമില്ല. ഒരു വാതിൽ മാത്രം. വാതിലിനെ ഇരുമ്പ് മറച്ചിരിക്കുന്നു. ഞാൻ തെറ്റിദ്ധരിപ്പിക്കുകയാണ്. വാതിലിന്റെ മുകൾ ഭാഗത്തായി ഒരു തരം ജനാലയുണ്ട്. ഒമ്പത് ചതുരശ്ര ഇഞ്ചുള്ള ഒരു പൊത്ത് എന്ന് പറയുകയായിരിക്കും കൂടുതൽ നല്ലത്. അതിന്മേൽ ഒരു ഇരുമ്പഴി വിലങ്ങനെ ഘടിപ്പിട്ടിച്ചുണ്ട്. രാത്രിയിൽ കാവൽക്കാരന് അത് അടയ്ക്കാൻ കഴിയും. പുറത്ത് നീണ്ട ഒരു ഇടനാഴിയുണ്ട്. ചുമരിൽ ഉയരത്തിൽ ഇടുങ്ങിയ ദ്വാരങ്ങളിട്ടതിനാൽ ഇടനാഴിയിൽ വെളിച്ചവും വായുസഞ്ചാരവുമുണ്ട്. ഇതിനെ ചെറു കെട്ടിട അറകളായി വിഭജിച്ചിരിക്കുന്നു. ഇവയിലെ കതകുകളുടെ ഒരു പരമ്പര വഴിയാണ് തടവുകാർ സമ്പർക്കത്തിലേർപ്പെടുന്നത്. ഇവയുടെ ഓരോ അറയും ഒരു കാരാഗൃഹത്തിന്റെ മൂന്നറ പോലെ പ്രവർത്തിക്കുന്നു, എന്റേതു പോലെ. ഈ കാരഗൃഹങ്ങളിലാണ് ജയിൽ ഗവർണ്ണർ കൊടുംകുറ്റവാളികളെ കഠിനതടവിന് പാർപ്പിച്ചിരിക്കുന്നത്. ആദ്യത്തെ മൂന്ന് അറകൾ വധശിക്ഷക്കു വിധിക്കപ്പെട്ട തടവുകാർക്കു വേണ്ടി കരുതിവെച്ചിട്ടുള്ളതാണ്. ഇവ ജയിലിന്ന് ഏറ്റവും അരികിലാകയാൽ ജയിലർക്ക് വളരെയേറെ സൗകര്യപ്രദമാണ്. പുരാതന ബൈസെറ്റർ കൊട്ടാരത്തിന്റെ ഏക അവശിഷ്ടം ഈ കാരാഗൃഹങ്ങളാണ്. ജോൻ ഓഫ് ആർക്കിനെ ചുട്ടുകൊല്ലാൻ കാരണക്കാരനായ വിഞ്ചസ്റ്ററിലെ കർദ്ദിനാളാണ് പതിനഞ്ചാം നൂറ്റാണ്ടിൽ ഇതു പണികഴിപ്പിച്ച

ത്. തങ്ങളുടെ കൗതുകത്തെ ശമിപ്പിക്കാൻ വേണ്ടി ഇന്നലെ എന്റെ ജയിലറക്കരികിലേക്കു വന്ന ചിലരിൽ നിന്നാണ് ഈ വിവരണം ഞാൻ യാദൃച്ഛികമായി കേട്ടത്. മൃഗശാലയിലെ ഒരു വന്യമൃഗത്തെ നോക്കുന്നപോലെ അകലെ നിന്ന് അവരെന്നെ ഉറ്റുനോക്കി.

ഒരു കാര്യം പറയാൻ ഞാൻ വിട്ടുപോയി. അന്നു രാത്രിയും പകലും എന്റെ അറയുടെ വാതിലിനു പുറത്ത് ഒരു പാറാവുകാരൻ കാവൽ നില്പുണ്ടായിരുന്നു. അയാളുടെ കണ്ണുകളുമായി ഏറ്റുമുട്ടാതെ ചതുരൻ ചട്ടക്കൂടിനു നേരെ എനിക്ക് കണ്ണുകളുയർത്താൻ ഒരിക്കലും കഴിയുമായിരുന്നില്ല. അയാളുടെ തുറന്ന കണ്ണുകൾ എന്റെ മേൽ നട്ടുനിൽക്കുകയായിരുന്നു.

പതിനൊന്ന്

പകൽവെട്ടത്തിന്റെ പ്രതീതി ഇല്ലാതിരിക്കേ, രാത്രിവേളകളിൽ എന്താണ് ചെയ്യുക? എഴുന്നേറ്റ്, എന്റെ വിളക്കിന്റെ വെളിച്ചത്തിൽ എന്റെ അറയുടെ ചുമരുകൾ പരിശോധിക്കാമെന്ന് എനിക്കു തോന്നി. എഴുത്തുകൾ, ചിത്രങ്ങൾ, വിചിത്രമായ രൂപങ്ങൾ, പേരുകൾ എന്നിവ കൊണ്ട് ചുമർ നിറഞ്ഞിരിക്കുന്നു. അവ കൂടിക്കലരുകയും പരസ്പരം മറഞ്ഞിരിക്കുകയും ചെയ്യുന്നു. ഇവിടെയെങ്കിലും തങ്ങളുടേതായ ചില സ്മരണകൾ അവശേഷിപ്പിക്കണമെന്ന് ഓരോ തടവുകാരനും ആഗ്രഹിച്ചിരുന്നതായി തോന്നും. പെൻസിൽ, ചോക്ക്, കരിക്കട്ട–കറുത്തതും വെളുത്തതും ചാരനിറത്തിലുള്ളതുമായ എഴുത്തുകൾ. ചിലപ്പോൾ ചുമരിലെ കല്ലിൽ ആഴത്തിലുള്ള കോറലുകൾ. എന്റെ മനസ്സ് സ്വസ്ഥമായിരുന്നുവെങ്കിൽ, ഈ വിചിത്ര പുസ്തകത്തിൽ എനിക്ക് താല്പര്യമെടുക്കാൻ കഴിയുമായിരുന്നു. ഈ കാരാഗൃഹത്തിന്റെ ഓരോ കല്ലിലും താളുകൾ തോറും പുസ്തകം വികസിപ്പിച്ചതായാണ് കണ്ടത്. ഈ ചിന്താശകലങ്ങളെ പുനർവിന്യസിക്കാൻ ഞാൻ ആഗ്രഹിക്കുന്നു. ഓരോ പേരിനും ഒരു കഥാപാത്രത്തെ ചിത്രീകരിക്കാൻ വേണ്ടിയാണിത്. അംഗഭംഗം വന്ന ഈ കുത്തിക്കുറിക്കലുകൾക്ക് ഈ വാക്യാംശങ്ങൾക്ക്, ചൈതന്യവും ജീവനും നൽകാൻ വേണ്ടിയാണിത്.

ഞാൻ ഉറങ്ങുന്നതിനു മുകളിൽ, ഒരു അസ്ത്രത്താൽ തുളക്കപ്പെട്ട രണ്ടു ജ്വലിക്കുന്ന ഹൃദയങ്ങളുണ്ട്. താഴെ ഇപ്രകാരം എഴുതി

യിരിക്കുന്നു. “അമർ പോർ ലാ വീ” പാവം ഹതഭാഗ്യൻ! അതൊരു നീണ്ട ഇടപാടായിരുന്നില്ല.

എതിർവശത്തെ ചുമരിൽ “പപ്പാവൊയ്ൻ” എന്ന പേരാണുള്ളത്. പേരിലെ ‘പി’ എന്ന വലിയ അക്ഷരം വളരെ ശ്രദ്ധയോടെ അലങ്കരിച്ചിരിക്കുന്നു. പ്രശസ്തമായ ഒരു മദ്യപാനഗാനത്തിന്റെ ഈരടിയും കുറിച്ചുവെച്ചിട്ടുണ്ട്.

ചുമരിലെ കല്ലിൽ ഒരു ‘സ്വാതന്ത്ര്യത്തൊപ്പി’യുടെ ചിത്രം ആഴത്തിൽ കൊത്തിവച്ചിരിക്കുന്നു. താഴെ ഈ വാക്കുകളും. “ബോറീസ്, ലാ റിപ്പബ്ലിക്!”

പാവം യുവാവ്. അയാൾ ലാറൊച്ചെല്ലെയുടെ നാലു ഉപസേനാനികളിൽ ഒരുവനായിരുന്നു. അവരുടെ (സാങ്കല്പിക) രാഷ്ട്രീയാവശ്യകതയുടെ ആശയം എത്ര ഭീകരമാണ്! ഒരു അഭിപ്രായത്തിന്റെ പേരിൽ, ഒരു മനോരാജ്യത്തിന്റെ പേരിൽ, ഒരു അമൂർത്തതയുടെ പേരിൽ, ഗില്ലറ്റിന്റെ ഭയാനകമായ യാഥാർത്ഥ്യത്തിനു കീഴടങ്ങുക! എന്നിട്ട് ഞാനോ! അതിന്റെ കാർക്കശ്യതയെക്കുറിച്ച് ഞാൻ പരാതിപ്പെട്ടിട്ടുണ്ട്! ശരിക്കും കുറ്റം ചെയ്ത ഞാൻ.

ങ്ഹാ, എന്താണ് ഞാൻ കണ്ടെത്തിയത്! എന്റെ ഗവേഷണത്തിൽ ഇനിയും മുന്നോട്ടു പോകാൻ എനിക്കു കഴിയില്ല! ഭീകരമായ ആ രൂപം, ആ കഴുമരത്തിന്റെ ചിത്രം, ഞാനിപ്പോൾ കണ്ടെത്തിയിരിക്കുന്നു. ചുമരിന്റെ മൂലയിൽ ചോക്കുകൊണ്ടു വരച്ചതാണത്. ഈ നിമിഷത്തിൽപ്പോലും എന്റെ വധശിക്ഷ നടപ്പാക്കുന്നതിനുവേണ്ടി ഏർപ്പാടു ചെയ്തതായിരിക്കാം ആ കഴുമരം! വിറയ്ക്കുന്ന എന്റെ കൈകളിൽ നിന്ന് വിളക്ക് വീണില്ല എന്നേയുള്ളൂ!

പന്ത്രണ്ട്

ഞാൻ ബദ്ധപ്പാടോടെ തിരിച്ചുപോയി എന്റെ പുൽമെത്തയിലിരുന്നു; മുട്ടുകാലുകളിൽ തലവെച്ചു. അല്പനേരത്തിനു ശേഷം ബാലിശമായ എന്റെ ഭയം അപ്രത്യക്ഷമായി. ചുമരിന്റെ പരിശോധന തുടരാൻ വന്യമായ ഒരു ജിജ്ഞാസ എന്നെ നിർബന്ധിച്ചു.

“പപ്പാവൊയ്നി”ന്റെ പേരിനു പുറമെ, വലിയൊരു ചിലന്തിവല ഞാൻ ചീന്തിക്കളഞ്ഞു. പൊടികൊണ്ടു കനംതൂങ്ങിയ അത് ചുമരിന്റെ കോൺ നിറഞ്ഞു നിന്നിരുന്നു. ഈ വലയ്ക്കടിയിൽ പൂർ

ണ്ണമായി വായിക്കാൻ കഴിയുന്ന നാലോ അഞ്ചോ പേരുകളുണ്ടായിരുന്നു. ഡൗട്ടൺ, 1815, പൗളെയ്ൻ, 1818, ഴാങ്മാർട്ടിൻ, 1821, കാസ്റ്റൈങ്, 1823. ഇവരുടെ കൂട്ടത്തിലുള്ള മറ്റുള്ളവരുടെ പേരുകൾ ചുമരിൽ ഒരടയാളമല്ലാതെ മറ്റൊന്നും അവശേഷിപ്പിച്ചിട്ടുണ്ടായിരുന്നില്ല.

ഈ പേരുകൾ ഞാൻ വായിക്കവേ, ഭയാനകമായ ഓർമ്മകൾ എന്നിൽ കുമിഞ്ഞുകൂടി. സ്വന്തം സഹോദരനെ നാലായി വെട്ടിമുറിച്ച ആളാണ് ഡൗട്ടൺ. അയാൾ രാത്രിയിൽ ശവവും കൊണ്ട് പാരീസിൽ പോയി തല ഒരു നീരുറവയിലും ശരീരം ഒരു ഓടയിലും എറിഞ്ഞു. പൗളെയ്ൻ തന്റെ ഭാര്യയെ വധിച്ചു. ഴാങ്മാർട്ടിൻ തന്റെ അച്ഛനെ പിസ്റ്റൾ കൊണ്ടു വെടിവെച്ചുകൊന്നു. വൃദ്ധൻ ജനാല തുറക്കേവേയാണ് വെടിയുതിർത്തത്. കാസ്റ്റൈങ് തന്റെ സുഹൃത്തിനെ വിഷം കൊടുത്തു കൊന്ന ഭിഷഗ്വരനായിരുന്നു. രോഗത്തിനു ചികിത്സിക്കവേ, വിഷത്തിന് മറുമരുന്നു കൊടുക്കുന്നതിനു പകരം കൂടുതൽ വിഷം നൽകുകയാണ് ഭിഷഗ്വരൻ ചെയ്തത്. ഈ പേരുകൾക്കടുത്താണ് പപ്പാവൊയ്നിന്റെ പേര്. ബുദ്ധിഭ്രമം ബാധിച്ച് കുഞ്ഞുങ്ങളെ കുത്തിക്കൊന്ന ഭീകരനായ ഭ്രാന്തനായിരുന്നു ഇയാൾ.

ഒരു ഞെട്ടൽ എന്നിൽ കടന്നുപോകവേ, ഞാൻ ആശ്ചര്യപ്പെട്ടു: "അങ്ങനെയെങ്കിൽ ഇക്കൂട്ടർ ഈ അറയിലെ എന്റെ മുൻഗാമികളാണ്. ഇവിടെ ഞാൻ കിടക്കുന്ന അതേ തറയിൽ അവർ തങ്ങളുടെ അവസാന ചിന്തകൾക്ക് രൂപം നൽകി-ഈ ഭീകര നരഘാതകന്മാർ! ഈ ചുമരുകൾക്കുള്ളിൽ, ഇടുങ്ങിയ ഈ ചതുരത്തിൽ, കൂട്ടിലിട്ട ഒരു വന്യമൃഗത്തിന്റേതു പോലെ അവരുടെ അവസാന കാലടികൾ തിരിഞ്ഞും മറിഞ്ഞും പതിഞ്ഞു. ചെറിയ ഇടവേളകളിൽ അവർ പരസ്പരം പിന്തുടർന്നു. ഈ കാരാഗൃഹം ശൂന്യമായി കിടക്കുകയില്ലെന്നു തോന്നുന്നു. അവർ ഈ സ്ഥലം ഊഷ്മളമാക്കിയ ശേഷം കാലിയാക്കിപ്പോയി. എനിക്കു വേണ്ടിയാണ് അവരിത് വേണ്ടെന്നു വെച്ചു പോയത്. എന്റെ ഊഴമനുസരിച്ച് ക്ലമാർട്ടിലെ കൊടുംപാപികളുടെ സെമിത്തേരിയിൽ അവരോടൊപ്പം ഞാൻ ചേരും! അവിടെ പുല്ല് നന്നായി വളരുന്നു.

* * *

ഞാൻ സ്വപ്നജീവിയോ അന്ധവിശ്വാസിയോ അല്ല. എന്നാൽ

ഈ ചിന്തകൾ എന്റെ തലച്ചോറിൽ ജ്വരതുല്യമായ ഒരുതരം ഉത്കണ്ഠ ഉണ്ടാക്കിയിരിക്കാം. ഇപ്രകാരം എന്റെ ചിന്തകൾ അലഞ്ഞു തിരിയവേ, കറുത്ത ഭിത്തിയിൽ തീനാളങ്ങളിൽ എഴുതപ്പെട്ടാലെന്ന പോലെ മാരകമായ ഈ അഞ്ചു നാമങ്ങൾ പൊടുന്നനെ പ്രത്യക്ഷപ്പെട്ടു. ഉറക്കെ, കൂടുതൽ ഉറക്കെയുള്ള ശബ്ദം ചെവികളിൽ വന്ന് അലച്ചു. മങ്ങിയ ഒരു ചുവന്ന വെളിച്ചം കണ്ണുകളിൽ നിറഞ്ഞു. അറ ആൾക്കാരെക്കൊണ്ടു നിറഞ്ഞതായി എനിക്കു തോന്നി. എനിക്ക് പരിചയമില്ലാത്തവർ. ഓരോരുത്തരും വേർപ്പെടുത്തപ്പെട്ട തന്റെ തല ഇടതുകൈ വായിൽ കടത്തിപ്പിടിച്ചിരിക്കുന്നു. തലമുടി കളഞ്ഞരിക്കുന്നതാണ് കാരണം. ഓരോരുത്തരും തന്റെ വലതു കൈ എനിക്കു നേരെ ഉയർത്തി. പിതൃഘാതകർ ഒഴികെ.

ഭയം മൂലം ഞാൻ കണ്ണുകളടച്ചു. അപ്പോൾ മുമ്പത്തേക്കാൾ കൂടുതൽ വ്യക്തതയോടെ ഞാനെല്ലാം കണ്ടു!

സ്വപ്നമോ സങ്കല്പമോ യാഥാർത്ഥ്യമോ ആവാം; കൃത്യ സമയത്ത് പെട്ടെന്നുള്ളൊരു ഭൂതോദയം എന്നെ യാഥാർത്ഥ്യത്തെക്കുറിച്ച് ഓർമ്മപ്പെടുത്തിയില്ലായിരുന്നുവെങ്കിൽ എനിക്കു ഭ്രാന്തു പിടിച്ചേനേ. ഞാൻ ബോധക്ഷയത്തിന്റെ വക്കത്തെത്തി. അപ്പോൾ എന്റെ നഗ്നപാദത്തിൽ തണുത്തതെന്തോ ഇഴയുന്നതായി തോന്നി. അത് ഞാനുപദ്രവിച്ച തടിച്ചു ചീർത്ത എട്ടുകാലിയായിരുന്നു. എന്റെ അലയുന്ന ചിന്തകളെ ഇതു തിരിച്ചുവിളിച്ചു. അങ്ങനെയെങ്കിൽ ഭീതിദമായ ആ കാഴ്ചകൾ ശൂന്യവും പരിഭ്രമം ബാധിച്ചതുമായ ഒരു മസ്തിഷ്കത്തിന്റെ പുക മാത്രമായിരുന്നു. ആർക്കും രക്ഷപ്പെടാൻ കഴിയാത്ത ഒരു ശവക്കല്ലറയാണ് ജയിൽ. ശവകുടീരത്തിന്റെ വാതിൽ തുറക്കുന്നത് അകത്തേക്കല്ല!

പതിമൂന്ന്

ഈയിടെ ബീഭത്സമായ ഒരു കാഴ്ചക്ക് ഞാൻ സാക്ഷിയായി. പകൽ ആകുമ്പോഴേക്കും ജയിൽ ആരവങ്ങളെക്കൊണ്ടു നിറഞ്ഞു. കനമേറിയ കതകുകൾ തുറക്കുന്നതും അടയ്ക്കുന്നതും ഞാൻ കേട്ടു. പൂട്ടുകളുടെയും കുറ്റികളുടെയും കറകറാ ശബ്ദം താക്കോൽക്കൂട്ടങ്ങളുടെ കിലുകിലാരവം. തിരക്കിട്ട കാൽവെപ്പുകളിൽ കോണിപ്പടികൾ അടിമുതൽ മുടിവരെ കിറുകിറായൊച്ചയുണ്ടാക്കുന്നു.

നീണ്ട ഇടനാഴികളുടെ അങ്ങേയറ്റത്തെ എതിർ ദിശകളിൽ നിന്ന് വിളിക്കുന്നതിന്റെയും മറുപടി നൽകുന്നതിന്റെയും ശബ്ദങ്ങൾ കഠിന തടവിനു ശിക്ഷിക്കപ്പെട്ട എന്റെ ജയിലറ അയൽക്കാർ പതിവിലുമേറെ സന്തോഷത്തിലായിരുന്നു. ജയിലിൽ എല്ലാവരും ചിരിക്കുകയോ പാടുകയോ നൃത്തമാടുകയോ ചെയ്യുന്നതായി തോന്നി. ഈ ബഹളങ്ങളിൽ ഏകനായി, ഈ കോലാഹലങ്ങളിൽ തനിയെ നിശ്ചലനായി, ഞാൻ ആശ്ചര്യത്തോടെ ശ്രദ്ധിച്ചു.

ഒരു ജയിലർ കടന്നുവന്ന് അയാളെ വിളിച്ച് ചോദിക്കാൻ ഞാൻ ധൈര്യപ്പെട്ടു. "ജയിലിൽ വല്ല ആഘോഷവും ഉണ്ടോ?"

"ഒരു ആഘോഷമുണ്ട്. അതിനെ നിങ്ങൾ അപ്രകാരം വിളിക്കാൻ ഇഷ്ടപ്പെടുന്നുവെങ്കിൽ," ജയിലർ പറഞ്ഞു; "തണ്ടുവലി ശിക്ഷ അനുഭവിക്കുന്ന ഗാലി അടിമകൾക്ക് വിലങ്ങിടുന്ന ദിവസമാണിത്. നാളെ അവർ ടൗണിലേക്ക് പുറപ്പെടുകയാണ്. നിങ്ങൾക്കവരെ കാണാൻ താല്പര്യമുണ്ടോ? അതു നിങ്ങളെ രസിപ്പിക്കും."

എത്ര ഭീകരമായിരുന്നാലും ഏകാന്തതയിൽ ഒതുങ്ങിക്കൂടിയിരിക്കുന്നവന് ഏതു തരത്തിലുള്ള കാഴ്ചയും തീർച്ചയായും ഒരു രസികൻ അനുഭവം തന്നെയാണ്. "രസിപ്പിക്കൽ" ഞാൻ സ്വീകരിക്കുകയും ചെയ്തു.

ഞാൻ സുരക്ഷിതനാണെന്നു ഉറപ്പുവരുത്താൻ പതിവു മുൻകരുതലുകൾ എടുത്തശേഷം ജയിലർ എന്നെ ശൂന്യമായ ചെറിയൊരു അറയിലേക്കു കൊണ്ടുപോയി. അവിടെ ഫർണീച്ചറിന്റെ ഒരു പൊടിപോലുമില്ല. ഇരുമ്പഴിയിട്ട ഒരു ജനാല മാത്രം. എങ്കിലും അതൊരു യഥാർത്ഥ ജനാല തന്നെ. അതിന്മേൽ ചാരിനിൽക്കാം. അതിലൂടെ ശരിയ്ക്കും ആകാശം കാണുകയും ചെയ്യാം! "ഇതാ നോക്കൂ," ജയിലർ പറഞ്ഞു, "നടക്കുന്നതെല്ലാം നിങ്ങൾക്കു കാണുകയും കേൾക്കുകയും ചെയ്യാം. ഈ അറയിൽ നിങ്ങൾ മാത്രമായിരിക്കും, രാജാവിനെപ്പോലെ!"

പൂട്ടും കൊളുത്തും അഴികളും ഇട്ട് എന്നെ അകത്താക്കി അയാൾ പുറത്തേക്കു പോയി.

ജനാലയിലൂടെ നോക്കിയാൽ ഒരു ചതുരസ്ഥലം കാണാം. അത് മിക്കവാറും വീതിയേറിയ ഒരു മുറ്റമാണ്. അതിന്റെ എല്ലാ വശങ്ങളിലും ആറു നിലയുള്ള കല്ലുകൊണ്ടുണ്ടാക്കിയ വലിയ കെ

ട്ടിടങ്ങളാണ്. ഇതിനേക്കാൾ പരിതാപകരമായി തരിശായി മറ്റൊന്നും കാണപ്പെടുകയില്ല. നാലു ഭാഗങ്ങളുള്ള ഈ കെട്ടിടത്തിന്റെ മുഖത്ത് കണ്ണിന് ദയനീയമായ കാഴ്ചയാണ്. ഇരുമ്പഴികളിട്ട ധാരാളം ജനാലുകൾ കെട്ടിടത്തിൽ തിരുകിവെച്ചിരിക്കുന്നു. മെലിഞ്ഞവരും വാടിത്തളർന്നതുമായ മുഖങ്ങൾ ഇരുമ്പഴികളിൽ അമർത്തിവെച്ച് പുറത്തേക്കു നോക്കുന്നതു കാണാം. ചുമരിലെ കല്ലുകളെപ്പോലെ ഒന്നിനു മുകളിൽ മറ്റൊന്നു അടുക്കുവെച്ചിരിക്കുന്നതായി തോന്നാം. കുറുകെയുള്ള ഇരുമ്പഴിക്കുള്ളിലെ ചട്ടക്കൂട്ടിൽ അകപ്പെട്ടതുപോലെയാണ് എല്ലാവരും. അഭിനേതാക്കളായിത്തീരാനുള്ള അവരുടെ ഊഴം വരുംവരെ അവർ തടവുകാരാണ്, ചടങ്ങിന്റെ കാഴ്ചക്കാരാണ്.

ഇപ്പോഴും ശൂന്യമായ മുറ്റത്തേക്ക് എല്ലാവരും നിശ്ശബ്ദമായി കണ്ണുപായിച്ചു. മങ്ങിയതും മ്ലാനവുമായ ഈ മുഖങ്ങൾക്കിടയിൽ അങ്ങുമിങ്ങ് ചില കണ്ണുകൾ തീപ്പൊരിപോലെ പ്രകാശിച്ചു.

പന്ത്രണ്ടു മണിക്ക് മുറ്റത്തെ ഒരു കൂറ്റൻ വാതിൽ തുറക്കപ്പെട്ടു. സൈനികരുടെ അകമ്പടിയോടെ ഒരു കുതിരവണ്ടി ഇരുമ്പുകളുടെ കിലുകിലാശബ്ദത്തോടെ മുറ്റത്തേക്ക് ഉരുണ്ടുവന്നു. അത് ചങ്ങലകൾ ഏന്തിയ, തടവുപുള്ളികൾക്കുള്ള കാവൽക്കാരനായിരുന്നു.

ഈ നിമിഷം, ജയിലിലെ എല്ലാ ഒച്ചകളെയും ഈ ശബ്ദം ഉണർത്തിയതെന്നപോലെ അതുവരെ നിശ്ശബ്ദരും നിശ്ചലരുമായിരുന്ന ജനാലക്കരികിലെ കാഴ്ചക്കാർ ആഹ്ലാദാരവങ്ങൾ പുറപ്പെടുവിച്ചു. തൊണ്ടപൊട്ടുമാറുള്ള പൊട്ടിച്ചിരി കലർത്തി പാടുകയും പേടിപ്പിക്കുകയും പ്രാകുകയും ചെയ്തു. ചെകുത്താന്മാരുടെ ഒരു പോക്കൂത്തിന് ദൃക്സാക്ഷിയാകുന്നതു പോലെയായിരുന്നു അത്. ഓരോ മുഖവും ഓരോ ഗോഷ്ഠി കാണിച്ചു. എല്ലാ കൈകളും അഴികളിലൂടെ പുറത്തിട്ടിരുന്നു. അവർ ഉച്ചത്തിൽ അലറി. അവരുടെ കണ്ണുകൾ കത്തിജ്ജ്വലിച്ചു. ഈ ചാരങ്ങൾക്കിടയിൽ നിരവധി മിന്നൽവെട്ടങ്ങൾ കണ്ട് ഞാനമ്പരന്നു. ഇതിനിടെ ഗാലി സൈനികർ സാവധാനം തങ്ങളുടെ ജോലി ആരംഭിച്ചു. ഒരാൾ കുതിരവണ്ടിയിൽ കയറി. വിലങ്ങുകളും ഇരുമ്പുകോളറുകളും ലിനൻ തുണികളും അയാൾ തന്റെ സഹപ്രവർത്തകർക്ക് എറിഞ്ഞു കൊടുത്തു. മറ്റുള്ളവർ നീളമേറിയ ചങ്ങല മുറ്റത്തിന്റെ അറ്റത്തേക്ക് നീട്ടി

വലിച്ചു പിടിക്കവേ, ഓരോ കണ്ണിയും തറയിലടിച്ചുകൊണ്ട് ക്യാപ്റ്റൻ അതിന്റെ ഉറപ്പ് പരിശോധിച്ചു. തടവുകാരുടെ പരിഹാസ കൂക്കിവിളിയ്ക്കും പുറപ്പെടാൻ തയ്യാറെടുത്തുകൊണ്ടിരിക്കുന്ന കുറ്റവാളികളുടെ ഉച്ചത്തിലുള്ള ചിരിയ്ക്കും ഇടയിലാണ് ഇവയെല്ലാം അരങ്ങേറിയത്.

എല്ലാം തയ്യാറായിക്കഴിഞ്ഞപ്പോൾ, രണ്ടോ മൂന്നോ പൊക്കം കുറഞ്ഞ വാതിലുകളിൽ നിന്ന് ഒരു കൂട്ടം ഗാലി കുറ്റവാളികൾ പുറത്തേക്കു പ്രവഹിച്ചു. അവർ ബീഭത്സരും അലറിവിളിക്കുന്നവരും മുഷിഞ്ഞ വേഷധാരികളുമായിരുന്നു.

അവരുടെ പ്രവേശനം ജനാലക്കരികിൽ വർദ്ധിതമായ സന്തോഷം ഉളവാക്കി. അവരിൽ ചിലർ തങ്ങളുടെ സഖാക്കൾക്കിടയിൽ 'വലിയ പേരുകൾ' ഉള്ളവരായിരുന്നു. അവരെ കയ്യടിയോടെയും ആർപ്പുവിളിയോടെയുമാണ് അഭിവാദ്യം ചെയ്തത്. അതവർ ഒരു തരം വിനയം നിറഞ്ഞ അഭിമാനത്തോടെ സ്വീകരിക്കുകയും ചെയ്തു. പലരും ജയിൽപുല്ലുകൊണ്ടു സ്വയം മെടഞ്ഞുണ്ടാക്കിയ ഒരു തരം തൊപ്പിയാണ് ധരിച്ചിരുന്നത്. തൊപ്പികൾക്ക് വിചിത്രമായ ആകൃതിയായിരുന്നു. ഇക്കൂട്ടരെയാണ് എപ്പോഴും ഏറ്റവുമേറെ കയ്യടിയോടെ സ്വീകരിച്ചത്.

അക്കൂട്ടത്തിൽ ഒരുവൻ പ്രത്യേക ആവേശം ഉളവാക്കി. തീർത്തും പെൺകുട്ടിയുടെ മുഖമുള്ള പതിനേഴു വയസ്സായ ഒരു യുവാവ്. തന്റെ ജയിലിൽ വെച്ച് അവൻ പുല്ലുകൊണ്ട് ഒരു വസ്ത്രം ഉണ്ടാക്കിയിരുന്നു. തല മുതൽ കാലു വരെ അവനെ മൂടുന്നതായിരുന്നു അത്. ഒരു സർപ്പത്തിന്റെ മെയ്വഴക്കത്തോടെ കുട്ടിക്കരണം ചാടിക്കൊണ്ടാണ് മുറ്റത്തേക്കു കടന്നുവന്നത്. മോഷണത്തിന് ശിക്ഷിക്കപ്പെട്ട ഒരു വ്യാജ വൈദ്യനായിരുന്നു അവൻ. ഉഗ്രമായ കയ്യടിയും ഹർഷാരവങ്ങളുടെ ശരപ്രവാഹവും അവനു വേണ്ടി അവിടെ അരങ്ങേറി.

ഒടുവിൽ പേരുകൾ അക്ഷരമാലാക്രമത്തിൽ വിളിച്ചു. അവർ പോയി. ഈരണ്ടു പേരായി നിന്നു, ഒരേ ഇനീഷ്യലുള്ള കൂട്ടുകാരായി. അങ്ങനെയാവുമ്പോൾ ഒരു കുറ്റവാളിക്ക് ഒരു സുഹൃത്ത് ഉണ്ടായിരുന്നാൽ പോലും അവരുടെ ചങ്ങലകൾ അവർ ഒരുമിച്ച് കഷ്ടപ്പാട് അനുഭവിക്കുന്നതിൽ നിന്ന് മിക്കവാറും അവരെ വിഭജി

ച്ചു നിർത്തുമത്രേ.

ഗാലിയിലേക്കുള്ള നേർത്തതും പരുക്കനുമായ വസ്ത്രങ്ങൾക്കു പകരം പഴകിത്തേഞ്ഞ് ജയിൽ വസ്ത്രങ്ങൾ പരസ്പരം മാറുകയായിരുന്നു അവർ. ഇതുവരെ അനിശ്ചിതമായിരുന്ന കാലാവസ്ഥ പൊടുന്നനെ തണുത്തതും മേഘാവൃതവുമായിത്തീർന്നു. കനത്ത മഴ അവരുടെ ശോഷിച്ച ശരീരങ്ങളെ തണുത്തു വിറപ്പിക്കുകയും വസ്ത്രം നനച്ചു കുതിർക്കുകയും ചെയ്തു.

അവരുടെ ശബ്ദായമാനമായ ധീരപ്രകടനങ്ങളെ മ്ലാനമായ മൗനം പിന്തുടർന്നു. അവർ തണുത്തു വിറച്ചു; പല്ലുകൾ കൂട്ടിയിടിച്ചു; നനഞ്ഞ വസ്ത്രങ്ങളിൽ അവയവങ്ങൾ ഇളകിയാടി.

ഒരു കുറ്റവാളി മാത്രം, ഒരു വൃദ്ധൻ, ഒരു തരം സന്തോഷം നിലനിർത്തി. മഴവെള്ളം തുടച്ചു കളഞ്ഞുകൊണ്ടും ആകാശത്തിനു നേരെ മുഷ്ടിചുരുട്ടി എറിഞ്ഞുകൊണ്ടും ചിരിയോടെ അയാൾ വിളിച്ചു പറഞ്ഞു: "ഇത് കളിയുടെ പരസ്യത്തിൽ പെട്ടതായിരുന്നില്ല!"

തങ്ങളുടെ പരിതാപകരമായ വസ്ത്രം അണിഞ്ഞു കഴിഞ്ഞപ്പോൾ, ഇരുപതോ മുപ്പതോ പേരടങ്ങുന്ന സംഘങ്ങളായി അവരെ നീളമേറിയ ചങ്ങല വലിച്ചു നീട്ടിയിരുന്ന മുറ്റത്തേക്കു കൊണ്ടുപോയി. ഈ നീണ്ട ചങ്ങലകളിൽ ഓരോ രണ്ടടി ഇടവിട്ട് കുറിയ, വിലങ്ങനെയുള്ള ചങ്ങലകൾ ഉറപ്പിച്ചിരുന്നു. കുറിയ ചങ്ങലകളുടെ അറ്റത്ത് ഒരു ചതുരൻ ഇരുമ്പുകോളർ ഘടിപ്പിച്ചിട്ടുണ്ട്. ഇത് നടുവിലുള്ള ഒരു തിരിക്കുറ്റി ഉപയോഗിച്ച് തുറക്കുകയും ഒരു ഇരുമ്പുകുറ്റി ഉപയോഗിച്ച് അടയ്ക്കുകയും ചെയ്യാം. ഇത് കുറ്റവാളിയുടെ കഴുത്തിന്മേൽ യാത്രയിലുടനീളം ആണിയടിച്ച് ഉറപ്പിച്ചിരിക്കും. വെള്ളം കയറി ചളിനിറഞ്ഞ കൽത്തറയിൽ ഇരിക്കാൻ കുറ്റവാളികൾക്ക് ആജ്ഞ നൽകും. കൊണ്ടു നടക്കാവുന്ന അടകല്ലേന്തിയ രണ്ടു ജയിൽകരുവാന്മാർ കടുപ്പമേറിയ ചുട്ടുപഴുപ്പിക്കാത്ത ഈ ലോഹം ഭാരമേറിയ ഇരുമ്പു ചുറ്റിക അടിച്ച് അടിച്ചു കയറ്റും.

ഇത് ഭയാനകമായ ഒരു പ്രവൃത്തിയാണ്. ഏറ്റവും കരുത്തനായ ആളുപോലും വിളറിപ്പോകും! അവരുടെ പിന്നിൽ വെച്ചിരിക്കുന്ന അടകല്ല് ലക്ഷ്യംവെച്ചുള്ള ചുറ്റികയുടെ ഓരോ അടിയും ശരീരമാസകലം പിടിച്ചു കുലുക്കും. ഉന്നം പിഴയ്ക്കുകയോ തല ചെറുതായി ഇളക്കുകയോ ചെയ്താൽ അത് കുറ്റവാളിയെ മരണത്തിലാ

ണെത്തിക്കുക.

ഈ പ്രവൃത്തി പൂർത്തിയായാൽ കുറ്റവാളികൾ ഒരേ സമയം എഴുന്നേറ്റുനിൽക്കും. വലിയൊരു വൃത്തം രൂപപ്പെടത്തക്കവിധം അഞ്ചു സംഘങ്ങൾ കൈകൾ കോർക്കും. എന്നിട്ട് മുറ്റത്ത് അവർ വട്ടത്തിലോടും. വളരെ വേഗത്തിൽ ഓടുന്നതിനാൽ അതിനെ അനുധാവനം ചെയ്യുക കണ്ണുകൾക്ക് എളുപ്പമല്ല. തങ്ങളുടേതായ ഭാഷയിൽ അവർ ഈരടികൾ പാടും. അതിന്റെ രാഗം ചിലപ്പോൾ ശോകമയമായിരിക്കും. മറ്റു ചിലപ്പോൾ ക്രുദ്ധമായിരിക്കും. ഉച്ചത്തിലുള്ള അട്ടഹാസങ്ങളും മുറിഞ്ഞ പൊട്ടിച്ചിരിയും പലപ്പോഴും പാട്ടിനെ തടസ്സപ്പെടുത്തും. അവ ഉന്മാദം ബാധിച്ച പുലമ്പൽ പോലെയിരിക്കും. അതേ സമയം പാട്ടിന്റെ താളത്തിനനുസരിച്ചുള്ള ചങ്ങലക്കിലുക്കം അവരുടെ ശബ്ദത്തേക്കാൾ പരുഷമായി പാട്ടിന് അകമ്പടി സേവിക്കും. ഈ സമയം വലിയൊരു തണ്ണീർതൊട്ടി കൊണ്ടുവന്നുവെയ്ക്കും. കാവൽക്കാർ, നൃത്തം നിർത്താനായി കുറ്റവാളികളെ പ്രഹരിക്കും. എന്നിട്ട് അവരെ വെള്ളത്തൊട്ടിയുടെ അടുത്തേക്കു കൊണ്ടുവരും. പുകമണമുള്ള, വൃത്തികെട്ടതായി കാണപ്പെടുന്ന ആ ദ്രാവകത്തിൽ എന്തൊക്കെ തരം പുല്ലുകളാണ് നീന്തിക്കളിക്കുന്നതെന്ന് എനിക്കറിഞ്ഞുകൂടാ. അതിൽ നിന്ന് തിന്നുകയോ കുടിക്കുകയോ ചെയ്ത് അവശേഷിച്ചത് അവർ തറയിലെറിയും. ഇതിന്റെ കൂട്ടത്തിൽ അവരുടെ പഞ്ഞപ്പുല്ലപ്പവും ഉണ്ടാകും. പിന്നീട് വീണ്ടും നൃത്തം ചെയ്യാനും പാടാനും തുടങ്ങും. വിലങ്ങണിയിക്കുന്ന ദിവസവും തുടർന്നുള്ള രാത്രിയും അവർക്ക് അനുവദിച്ചിരിക്കുന്ന സ്വാതന്ത്ര്യമാണിത്.

വളരെ ആകാംക്ഷയോടെയും ശ്വാസം അടക്കിപ്പിടിച്ചുള്ള ശ്രദ്ധയോടെയും ആണ് ഞാൻ ഈ വിചിത്രകാഴ്ച ഉറ്റുനോക്കിക്കണ്ടത്. അതുകൊണ്ടു തന്നെ ഞാനെന്റെ സ്വന്തം ദൈന്യാവസ്ഥ തീർത്തും വിസ്മരിച്ചു. ആഴമേറിയ സഹതാപം എന്റെ ഹൃദയത്തെ നിർഭരമാക്കി. അവരുടെ ചിരി എന്നെ കരയിപ്പിച്ചു.

ഞാനാണ്ടുപോയ ആഴമേറിയ മനോരാജ്യത്തിനിടയിൽ പെടുന്നനെ ഒരു കാര്യം ഞാൻ നിരീക്ഷിച്ചു. വട്ടംചുറ്റി ആർത്തു വിളിക്കുന്നത് നിറുത്തിയിരിക്കുന്നു. അവർ നിശ്ശബ്ദരാണ്. പിന്നീടാണ് ഞാൻ നിന്നിരുന്ന സ്ഥലത്തേക്ക് എല്ലാവരുടെയും കണ്ണുകൾ തിരിഞ്ഞത്. "വധശിക്ഷക്കു വിധിക്കപ്പെട്ടവൻ! വധശിക്ഷയ്ക്കു വിധി

ക്കപ്പെട്ടവൻ!" എനിക്കു നേരെ വിരൽചൂണ്ടി അവർ ആർത്തുവിളിച്ചു. അവരുടെ പൊട്ടിച്ചിരി ഇരട്ടിച്ചു.

ഞാൻ അന്തം വിട്ടുപോയി. എവിടെവെച്ചാണ് അവർ എന്നെ കണ്ടതെന്നോ എങ്ങനെയാണ് അവർ എന്നെ തിരിച്ചറിഞ്ഞതെന്നോ എനിക്കറിയില്ല.

"നമസ്കാരം! ശുഭരാത്രി!" പരിഹാസപൂർവ്വം കൊഞ്ഞനം കാണിച്ചുകൊണ്ട് അവർ വിളിച്ചു പറഞ്ഞു. കൂട്ടത്തിൽ ഏറ്റവും ചെറുപ്പക്കാരനിൽ ഒരുവനും ജീവപര്യന്തം ഗാലി ശിക്ഷയ്ക്കു വിധിക്കപ്പെട്ടവനുമായ ഒരു കുറ്റവാളി ഈയത്തിന്റെ നിറമുള്ള തിളങ്ങുന്ന മുഖം എനിക്കു നേരെ തിരിച്ചുകൊണ്ടു പറഞ്ഞു: "അയാൾ ഭാഗ്യവാനാണ്! കണ്ടിക്കപ്പെടാൻ പോകുന്നവൻ! ശുഭയാത്ര, സഖാവേ!"

എന്റെയുള്ളിൽ എന്താണ് കടന്നുപോയതെന്ന് വർണ്ണിക്കാൻ എനിക്കാവില്ല. ഞാനവരുടെ "സഖാവ്" തന്നെയാണ്. കഴുമരം ഗാലിയ്ക്കു സഹോദരിയാണ്. ഒരു കണക്കിൽ അവരേക്കാൾ താഴ്ന്നവൻ പോലുമാണ് ഞാൻ. കുറ്റവാളികൾ എനിക്കൊരു ബഹുമതി നൽകിയിരിക്കുന്നു. ഞാൻ കോരിത്തരിച്ചു: അതെ! അവരുടെ "സഖാവ്!" മരവിച്ചാലെന്നപോലെ അനക്കമില്ലാതെ ഞാൻ ജനാലക്കൽ നിന്നു. എന്നാൽ പിന്നീട് ആ അഞ്ചു സംഘങ്ങളും എന്റെ അടുത്തേക്ക് വരുന്നതാണ് ഞാൻ കണ്ടത്. വെറുപ്പുളവാക്കുന്ന സൗഹൃദഭാഷ ഉപയോഗിച്ച് എന്റെ സമീപത്തേക്ക് അവർ കുതിച്ചു വന്നു. എന്റെ അറയുടെ ചുമരിന്നടുത്ത് അവരുടെ ചങ്ങലക്കിലുക്കത്തിന്റെ ഭയാനകമായ ഒച്ചയും അട്ടഹാസവും കാലൊച്ചയും കേട്ടപ്പോൾ, ഈ ചെകുത്താൻ കൂട്ടം എന്റെ ജയിലറ പൊളിക്കുമെന്ന് എനിക്കു തോന്നി! ഞാൻ അത്യുച്ചത്തിൽ നിലവിളിച്ചു. അതിശക്തിയോടെ വാതിൽക്കലേക്കു കുതിച്ചോടി. പക്ഷേ, രക്ഷപ്പെടാൻ ഒരു മാർഗ്ഗവും ഉണ്ടായിരുന്നില്ല. വാതിലിൽ മുട്ടി. ഭ്രാന്തമായ ക്രോധത്തോടെ വിളിച്ചു കൂവി. അപ്പോഴും കുറ്റവാളികളുടെ ഭീകരശബ്ദം കൂടുതൽ അടുത്തു വരുന്നതായി എനിക്കു തോന്നിയിരുന്നു. അവരുടെ ബീഭത്സമായ തലകൾ ജനാലയ്ക്കൽ പ്രത്യക്ഷപ്പെട്ടതായി ഞാൻ കരുതി. തീവ്രഭയത്തിന്റേതായ ഒരു നിലവിളി വീണ്ടും എന്നിൽ നിന്നും പുറപ്പെട്ടു. ഞാൻ മോഹാലസ്യപ്പെട്ടു.

പതിനാല്

എനിക്കു ബോധം തിരിച്ചുകിട്ടിയപ്പോൾ രാത്രിയായിരുന്നു. മറ്റൊരു കട്ടിലിനടിയിൽ തിരുകാവുന്ന തരത്തിലുള്ള ഒരു കട്ടിലിലാണ് ഞാൻ കിടന്നിരുന്നത്. മേൽത്തട്ടിൽ നിന്നു തൂക്കിയിട്ടിരുന്ന ഒരു വിളക്ക് എന്റേതുപോലെയുള്ള കട്ടിലുകളുടെ ഒരു നിര കാണാൻ എന്നെ സഹായിച്ചു. അതിനാൽ ഒരു ആശുപത്രിയിലേക്കാണ് എന്നെ കൊണ്ടുവന്നിരിക്കുന്നതെന്ന് ഞാൻ തീർച്ചയാക്കി. ഏതാനും നിമിഷം ഞാൻ ഉണർന്നു കിടന്നെങ്കിലും ചിന്തിക്കുകയോ ഓർമ്മകൾ അയവിറക്കുകയോ ചെയ്തില്ല. വീണ്ടും കിടക്കയിലെത്തിയല്ലോ എന്ന സന്തോഷത്തിൽ അപ്പാടെ മുഴുകിയിരുന്നു ഞാൻ. തീർച്ചയായും, പണ്ടൊക്കെ, ഈ ജയിൽ-ആശുപത്രിക്കിടക്ക അറപ്പും വെറുപ്പും മൂലം എന്നെ പിന്തിരിപ്പിക്കുമായിരുന്നു. പക്ഷേ, ഞാനിനിമേൽ ആ പഴയ വ്യക്തിയല്ലല്ലോ. കിടക്കവിരി തവിട്ടു നിറത്തിലുള്ളതും തൊട്ടാൽ പരുക്കനുമായിരുന്നു. പുതപ്പ് നേരിയതും ജീർണ്ണിച്ചതും. ഒരു പുൽമെത്തയല്ലാതെ മറ്റൊന്നുമില്ല.

അതു കാര്യമാക്കാനില്ല! ഈ പരുക്കൻ വിരിപ്പുകൾക്കിടയിൽ അവയവങ്ങൾ സൗകര്യപൂർവ്വം നീട്ടിവെക്കാൻ എനിക്കു കഴിഞ്ഞു. നേരിയതെങ്കിലും പുതപ്പിന്നടിയിൽ അസ്ഥിക്കുള്ളിലെ മജ്ജയിൽ കുളിരിന് ക്രമേണ കുറവു തോന്നി. കുറച്ചു മുമ്പെയായിരുന്നു കുളിരു ബാധിച്ചത്. ഞാൻ വീണ്ടും ഉറക്കത്തിലാണ്ടു.

പകൽവെളിച്ചത്തിൽ അത്യുച്ചത്തിലുള്ള ഒരു ശബ്ദം എന്നെ ഉണർത്തി. പുറത്തു നിന്നാണ് ശബ്ദം വന്നത്. എന്റെ കട്ടിൽ ജനാലയ്ക്കരികിലായിരുന്നു. എന്തിൽനിന്നാണ് ആ ശബ്ദം വന്നതെന്നറിയാൻ ഞാൻ എഴുന്നേറ്റിരുന്നു. ജനാലയിൽക്കൂടി നോക്കിയാൽ ബൈസെറ്ററിന്റെ വലിയ കൊട്ടാരം കാണാം. അവിടെ നിറയെ ആൾക്കാരായിരുന്നു. കൊട്ടാരത്തിന്റെ ഇടുങ്ങിയ തളത്തിൽ നിന്ന് ജനക്കൂട്ടത്തെ അകറ്റി ഒതുക്കി നിർത്താൻ രണ്ടു നിരയായി നിലകൊണ്ടിരുന്ന വൃദ്ധഭടന്മാർ ഏറെ പണിപ്പെട്ടു. രണ്ടു നിരയുള്ള ഈ സൈനികർക്കിടയിലേക്ക് ആൾക്കാരെ കുത്തിനിറച്ച നീളമേറിയ അഞ്ചു വണ്ടികൾ സാവധാനം ഓടിയെത്തി. വണ്ടി ഓരോ കല്ലിലും തട്ടി കുലുങ്ങിയാണ് നീങ്ങിയത്. അത് കുറ്റവാളികളുടെ യാത്ര പുറപ്പെടലായിരുന്നു.

ഈ വണ്ടികൾ തുറന്നതായിരുന്നു. ഒരു വണ്ടിയിൽ ഒരു സംഘം കുറ്റവാളികൾ എന്നതായിരുന്നു കണക്ക്. കുറ്റവാളികളുടെ ഇരുമ്പുകോളർ കേന്ദ്രചങ്ങലയോടു ബന്ധിച്ചിരുന്നതിനാൽ അവർ പിൻഭാഗം അഭിമുഖീകരിച്ച് ഇരിക്കുവാൻ നിർബന്ധിതരായിരുന്നു. അവരുടെ പാദങ്ങൾ വണ്ടിക്കു പുറത്ത് തൂങ്ങിക്കിടക്കുന്നു. കേന്ദ്ര ചങ്ങല വണ്ടിയിലുടനീളം നീണ്ടു കിടന്നു. ചങ്ങലയുടെ ബന്ധിക്കാത്ത അറ്റത്തിനു മുകളിൽ ഉണ്ട നിറച്ച തോക്കുമായി സൈനികൻ കാവൽ നിന്നു. തടവുകാരുടെ ചങ്ങലക്കിലുക്കത്തിന്റെ ഒച്ച നിരന്തരമായി കേട്ടുകൊണ്ടിരുന്നു. വണ്ടി ഓരോ തവണ ചാടുമ്പോഴും അവരുടെ തലകളും തൂങ്ങിക്കിടന്ന അവയവങ്ങളും ശക്തമായി കുലുങ്ങി. പെട്ടെന്നുണ്ടായ കുത്തിത്തുളക്കുന്ന ഒരു മഴ അന്തരീക്ഷത്തെ തണുപ്പിച്ചു. അവരുടെ നേരിയ വസ്ത്രം വിറയ്ക്കുന്ന ശരീരങ്ങളിൽ ഒട്ടിനിന്നു; നീണ്ട താടിരോമങ്ങളും കുറ്റിത്തലമുടിയും നനഞ്ഞൊഴുകി. അവരുടെ മുഖഭാവം വിഷണ്ണമായിരുന്നു. തണുത്തു വിറച്ചുകൊണ്ടിരുന്ന അവർ പല്ലുകടിച്ചു കൊണ്ടിരുന്നു. അതിൽ തുണുപ്പിനോടൊപ്പം രോഷവും കലർന്നിരുന്നു. എന്നാൽ അവർക്ക് ചലിക്കാനുള്ള ശേഷി ഉണ്ടായിരുന്നില്ല. ആ ചങ്ങലയിൽ ആണിയടിച്ച് ഉറപ്പിച്ചുക്കഴിഞ്ഞാൽ ഓരോ കുറ്റവാളിയും ആ ഭീകരസമൂഹത്തിന്റെ വെറുമൊരു ഭാഗമായിത്തീരുന്നു. ഇതിനെയാണ് സംഘം എന്നു വിളിക്കുന്നത്. ബുദ്ധി ഉപേക്ഷിക്കണം. വിലങ്ങുകൾ ബുദ്ധിയെ മരണശിക്ഷയ്ക്കു വിധിക്കുന്നു. ഈ വെറും മൃഗങ്ങൾക്ക് നിശ്ചിത മണിക്കൂറുകളിലല്ലാതെ വിശക്കാൻ പോലും പാടില്ല. ഇപ്രകാരം ചങ്ങലയിൽ ബന്ധിക്കപ്പെട്ട്, ശരീരത്തിന്റെ വലിയൊരു ഭാഗം പകുതി മാത്രം വസ്ത്രം ധരിച്ച്, തലയിൽ തൊപ്പിവെയ്ക്കാതെ, പാദങ്ങൾക്ക് വിശ്രമമില്ലാതെ, തങ്ങളുടെ ഇരുപത്തഞ്ചു ദിവസത്തെ യാത്ര അവർ ആരംഭിക്കുന്നു. നവംബർ മാസത്തിലെ കുളിരുള്ള മഴയിലെന്ന പോലെ കത്തിയെരിയുന്ന ജൂലായിലും അതേ വണ്ടിയും അതേ വസ്ത്രവുമാണ് ഗാലി കുറ്റവാളികൾ ഉപയോഗിക്കുന്നത്. ആരാച്ചാരുടെ ചുമതല ദൈവം ഏറ്റെടുക്കണമെന്ന് മനുഷ്യൻ ആഗ്രഹിക്കുന്നതായി ആരും ചിന്തിച്ചു പോകും.

ജനക്കൂട്ടത്തിന്നും കുറ്റവാളികൾക്കുമിടയിൽ ഭീകരമായ ഒരു സംഭാഷണം നിലനിന്നിരുന്നു; ഒരു വശത്ത് നിന്ദിക്കുക; മറുവശ

ത്ത് അഭിനന്ദിക്കുക, ഇരുവശത്തു നിന്നും ശാപങ്ങൾ ചൊരിയുക. എന്നാൽ ക്യാപ്റ്റനിൽ നിന്ന് ഒരു സൂചന ലഭിച്ചപ്പോൾ കാവൽക്കാരൻ വണ്ടിയിലും തലയിലും ചുമലിലുമൊക്കെ വിവേചനരഹിതമായി പ്രഹരിക്കുന്നത് ഞാൻ കണ്ടു. തുടർന്ന് എല്ലാവരും "ക്രമം" എന്നു വിളിക്കപ്പെടുന്ന ഒരുതരം ശാശ്വത ശാന്തതയിലേക്ക് തിരിച്ചു വന്നു. എന്നാൽ അവരുടെ കണ്ണുകൾ നിറയെ പ്രതികാരവാഞ്ഛയായിരുന്നു. ദുർബലമായ കൈകൾ കാൽമുട്ടുകളിൽ മുറുക്കിപ്പിടിച്ചു.

കുതിരപ്പുറമേറിയ ഭടന്മാരുടെയും കാൽനടക്കാരായ കാവൽക്കാരുടെയും അകമ്പടിയോടെ ആ അഞ്ചു വാഹനങ്ങളും ബൈസെറ്ററിന്റെ പൊക്കമേറിയ കമാനവാതിലിന്നടിയിലൂടെ സാവധാനം കടന്നുപോയി. ജനക്കൂട്ടം അവരെ അനുഗമിച്ചു. എല്ലാം ഒരു മായക്കാഴ്ചപോലെ അപ്രത്യക്ഷമായി. ഭാരമേറിയ ചക്രങ്ങളുടെയും കിലുങ്ങുന്ന വിലങ്ങുകളുടെയും കുറ്റവാളികളുടെ യാത്രയെച്ചൊല്ലി ശാപവചനങ്ങൾ വിളിച്ചു കൂവുന്ന ജനങ്ങളുടെയും ശബ്ദം ക്രമേണ കുറഞ്ഞുവന്നു. ഇത്തരമൊന്നായിരുന്നു അവരുടെ സന്തോഷകരമായ ആരംഭം!

എന്തൊരു നിർദ്ദേശമാണ് എന്റെ വക്കീൽ മുന്നോട്ടു വെച്ചത്! ഗാലികൾ! ഞാൻ കണ്ടതുവെച്ചു നോക്കുമ്പോൾ ഗാലിയേക്കാൾ കഴുമരമാണ്, മരണമാണ്, ഭേദം എന്ന എന്റെ തീരുമാനം ശരിയായിരുന്നു.

പതിനഞ്ച്

ദൗർഭാഗ്യവശാൽ എനിക്കു രോഗമുണ്ടായിരുന്നില്ല. അതിനാൽ പിറ്റേന്ന് ആശുപത്രി വിട്ട് എന്റെ കാരാഗൃഹത്തിലേക്ക് തിരിച്ചെത്താൻ ഞാൻ നിർബന്ധിതനായി.

രോഗമില്ലേ? സത്യത്തിൽ ഇല്ല. ഞാൻ ചെറുപ്പമാണ്, ആരോഗ്യവാനാണ്; കരുത്തനാണ്. എന്റെ സിരകളിൽ രക്തം തടസ്സമില്ലാതെ ഒഴുകുന്നു. അവയവങ്ങൾ എന്റെ ഇച്ഛയെ അനുസരിക്കുന്നു. ശരീരം കൊണ്ടും മനസ്സുകൊണ്ടും ബലവാനാണ്. ദീർഘായുസ്സിന് അനുകൂലമാണ് ശരീരഘടന. അതെ, ഇതെല്ലാം ശരിയാണ്. ഇങ്ങനെയൊക്കെയാണെങ്കിലും എനിക്കൊരു രോഗമുണ്ട്, ഗുരുതര

മായ ഒരു രോഗം-മനുഷ്യന്റെ കൈകൾ സമ്മാനിച്ച ഒരു രോഗം!

ആശുപത്രി വിട്ടതു മുതൽ ഉജ്ജ്വലമായ ഒരു ചിന്ത എന്നെ ആവേശിച്ചിരിക്കുന്നു. എന്നെ ഭ്രാന്തിന്റെ വക്കത്തോളം എത്തിക്കുന്ന ഒരു ചിന്ത. എന്നെ അവർ ആശുപത്രിയിൽ ഇട്ടിരുന്നെങ്കിൽ എനിക്കു രക്ഷപ്പെടാമായിരുന്നു എന്നതാണ് ആ ചിന്ത! ആ ഡോക്ടർമാരും സിസ്റ്റർമാരും എന്നിൽ താല്പര്യമെടുക്കുന്നതായി തോന്നി. "ഇത്ര ചെറുപ്പത്തിൽ മരിക്കുക! അതും ഇത്തരമൊരു മരണം?" എന്റെ കിടക്കയ്ക്കു ചുറ്റും അവർ അമർത്തുന്നതു കണ്ട് അവരെന്നോട് സഹതാപം കാണിക്കുകയാണെന്ന് ആരെങ്കിലും വിചാരിച്ചേക്കാം. പക്ഷേ, അതു വെറും ജിജ്ഞാസ കൊണ്ടായിരുന്നു! ഇനിയെനിക്ക് അവസരമില്ല! എന്റെ ഹരജി നിരസിക്കപ്പെടും. കാരണം, എല്ലാം നിയമത്തിനു വിധേയമായിട്ടായിരുന്നു. സാക്ഷികൾ കൃത്യമായ തെളിവുകളാണ് നൽകിയത്. വക്കീല് അസ്സലായി വാദിച്ചു. ന്യായാധിപന്മാർ സശ്രദ്ധമാണ് തീരുമാനമെടുത്തത്. അതൊന്നും ഞാൻ കണക്കിലെടുക്കുന്നില്ല. അങ്ങനെയല്ലാത്ത പക്ഷം വേണ്ട! വിഡ്ഢിത്തം. ഒരു പ്രതീക്ഷയുമില്ല. ഒരു അഗാധ ഗർത്തത്തിനു മുകളിൽ നിങ്ങളെ കെട്ടിത്തൂക്കുന്ന ഒരു ചരടാണ് ഹരജി. ചരടു പൊട്ടുന്നതുവരെ ഓരോ നിമിഷവും നിങ്ങൾ കീഴടങ്ങുകയാണെന്നു തോന്നും. ഗില്ലറ്റിനിന്റെ വാൾ പതിക്കാൻ ആഴ്ച എടുത്താലെന്നപോലെയാണിത്.

എനിക്ക് മാപ്പ് ലഭിക്കാൻ കഴിഞ്ഞെങ്കിൽ! മാപ്പ്! ആരിൽ നിന്ന്, എന്തിന്, ഏതു മാർഗ്ഗമുപയോഗിച്ച്? എനിക്കു മാപ്പു ലഭിക്കുമെന്നത് അസാധ്യമാണ്. ഒരു മുൻ മാതൃക ആവശ്യമാണ് എന്ന് അവർ പറയുന്നു.

പതിനാറ്

ആശുപത്രിയിൽ ഏതാനും മണിക്കൂറുകൾ ചെലവഴിച്ച വേളയിൽ, ജനാൽക്കൽ വെയിൽകാഞ്ഞ് ഇരിക്കുകയായിരുന്നു ഞാൻ. (ഉച്ച തിരിഞ്ഞുള്ള സമയം അതിമനോഹരമായിരുന്നു.) ജനാലയുടെ ചട്ടക്കൂടിന് നൽകാൻ കഴിയുന്നിടത്തോളം വെയിൽ ഞാൻ ആസ്വദിച്ചു.

കനം തൂങ്ങുന്നതും ജ്വരം ബാധിച്ചതുമായ തല കൈകളിൽ

താങ്ങി, കൈമുട്ടുകൾ കാൽമുട്ടുകളിൽ ഊന്നി, ഞാനങ്ങനെ ഇരുന്നു. കസേരയുടെ അഴികളിലായിരുന്നു എന്റെ പാദങ്ങൾ. എന്തുകൊണ്ടെന്നാൽ കടുത്ത നൈരാശ്യം എന്നെ തളർത്തുകയും എന്നെ ഉള്ളിലേക്കു പിൻവലിയാൻ നിർബന്ധിക്കുകയും ചെയ്തിരുന്നു. എനിക്ക് അസ്ഥിയുടെയോ പേശിയുടെയോ ശക്തി ഇല്ലാതിരുന്നാലെന്നപോലെ.

ജയിലിലെ ശ്വാസം മുട്ടിക്കുന്ന വായു മുമ്പെന്നത്തേക്കാൾ എന്നെ പീഢിപ്പിച്ചു. കുറ്റവാളികളുടെ ചങ്ങലക്കിലുക്കത്തിന്റെ ഒലി എന്റെ ചെവിയിൽ മുഴങ്ങുന്നതായി അപ്പോഴും തോന്നിക്കൊണ്ടിരുന്നു. ഏതാണ്ട് ഭേദമായി. ഏതെങ്കിലും കാവൽ മാലാഖ എന്നിൽ സഹതാപം ചൊരിയുമെന്നും എതിർവശത്തെ മേല്പുരയുടെ അറ്റത്ത് പാടാനായി ഒരു കൊച്ചു കുരുവിയെയെങ്കിലും അയക്കുമെന്നും ഞാനാശിച്ചു.

എന്റെ ആഗ്രഹം അനുവദിച്ചു തന്ന ആ മാലാഖ നല്ലതാണോ ചീത്തയാണോ എന്ന് എനിക്കറിയില്ലായിരുന്നു. എന്നാൽ മിക്കവാറും ആ നിമിഷം ഞാനത് അനുഭവിച്ചറിഞ്ഞു. എന്റെ ജനാലയ്ക്കു താഴെ ഒരു ശബ്ദം കേട്ടു. ഒരു പക്ഷിയുടേതല്ല, അതിനേക്കാൾ ശ്രേഷ്ഠമായ, വിമലമായ, പുതുമയാർന്ന, സൂര്യകാന്തിപ്പട്ടുപോലെയുള്ള ശബ്ദം. പതിനഞ്ചു വയസ്സുള്ള ഒരു പെൺകുട്ടിയുടെ ശബ്ദം.

ഞാൻ ഞെട്ടലോടെ തലയുയർത്തി. അവൾ പാടിയ പാട്ടിന് ആർത്തിയോടെ കാതോർത്തു. ഇഴഞ്ഞുനീങ്ങുന്ന ഒരു ശോകഗാനമായിരുന്നു അത്. ദുഃഖസാന്ദ്രമെങ്കിലും മനോഹരമായ രാഗം. വാക്കുകളുടെ സ്വാരസ്യം ഗ്രഹിക്കാൻ ശ്രമിക്കവേ, ജയിൽ ഭാഷയുടെ ഈരടികൾ ആ മധുരസംഗീതത്തെ നശിപ്പിച്ചു. എന്റെ വേദനയും നൈരാശ്യവും വർണ്ണിക്കാൻ എനിക്കാവില്ല.

പിന്നെ ഞാനൊന്നും കേട്ടില്ല: തുടർന്ന് എന്തെങ്കിലും ശ്രദ്ധിക്കാനും എനിക്കു കഴിഞ്ഞില്ല. ഈ ഭയങ്കര ശോകഗാനത്തിന്റെ പകുതി മറഞ്ഞ, പകുതി തെളിഞ്ഞ അർത്ഥം; കൊടും കുറ്റവാളിയും പോലീസും തമ്മിലുള്ള പോരാട്ടം; കള്ളൻ ഒരുവനെ കണ്ടുമുട്ടുകയും തന്റെ ഭാര്യക്കുവേണ്ടി അവനെ വധിക്കുകയും ചെയ്യുന്നു; അവളോട് അയാളുടെ ഭയാനകമായ വിശദീകരണം: “ഞാനൊരു ഓക്കുമരത്തെ വിയർപ്പിച്ചു.” (“ഞാനൊരാളെ വധിച്ചു”), ഭാര്യ ദയാ

ഹരജിയുമായി വേഴ്സായെല്ലസിലേക്കു പോകുന്നു. രാജാവ് രോഷത്തോടെ പറയുന്നു. അദ്ദേഹം "കുറ്റവാളിയെ തറയില്ലാത്തിടത്ത് നൃത്തം ചെയ്യിപ്പിക്കും." എന്ന്! ഇവയെല്ലാം പാടുന്നത് വളരെ മധുരമായ ഭാവത്തിലാണ്. മാത്രമല്ല, മനുഷ്യകർണ്ണത്തെ ആനന്ദത്തിലാറാടിച്ച എക്കാലത്തെയും മധുരസ്വരവും! എനിക്ക് ഞെട്ടലും വെറുപ്പും ഉണ്ടായി. ഞാൻ വികാരാധീനനായി. മൃദുവും മനോഹരവുമായ ഒരു വദനത്തിൽ നിന്നാണ് രാക്ഷസീയമായ ഈ വാക്കുകളെല്ലാം പുറപ്പെട്ടത് എന്നത് അസഹ്യമായ ഒരു ചിന്തയായിരുന്നു. പനിനീർപ്പൂവിൽ പറ്റിപ്പിടിച്ച ഒച്ചിന്റെ പശപോലെയായിരുന്നു അത്!

എന്താണ് അനുഭവപ്പെട്ടതെന്ന് വിവരിക്കാൻ കഴിയുന്നില്ല. ഒരേ സമയം എനിക്ക് മനോവേദനയും ചാരിതാർത്ഥ്യവും തോന്നി. ഒരു പെൺകുട്ടിയുടെ സ്വരത്തിനോട് ഇണക്കിച്ചേർത്ത കുറ്റകൃത്യത്തിന്റെ ശൈലി, രക്തം ചിന്തുന്നതും അതേ സമയം വിചിത്രവുമായ ഭാഷ, ബാല്യത്തിന്റെ സ്വരത്തിൽ നിന്ന് സ്ത്രീയുടെ സ്വരത്തിലേക്കുള്ള അഴകാർന്ന സംക്രമണം-വാക്കുകളുടെ വികലമായ ഈ രൂപങ്ങളെല്ലാം രാഗം ക്രമീകരിച്ച്, ലാവണ്യപ്പെടുത്തി, ആഹ്ലാദജനകമായി പാടിയിരിക്കുന്നു!

ങ്ഹാ, എത്ര കുപ്രസിദ്ധമാണ് ഒരു ജയിൽ! അതിൽ അടങ്ങിയിരിക്കുന്ന വിഷം വിനാശകരമായി അതിന്റെ ചുറ്റുവട്ടത്തിലുള്ള എല്ലാറ്റിനെയും ആക്രമിക്കുന്നു. എല്ലാം അവിടെ വാടിക്കരിഞ്ഞു പോകുന്നു, ഒരു പതിനഞ്ചുകാരി പെൺകുട്ടിയുടെ ഗാനം പോലും!

ഒരു പക്ഷിയെ ജയിലിന്റെ മുറ്റത്ത് നിങ്ങൾ കണ്ടെത്തുകയാണെങ്കിൽ അതിന്റെ ചിറകിന്മേൽ ചളിയുണ്ടാകും. അവിടെ നിന്ന് ഭംഗിയുള്ള ഒരു പൂ നിങ്ങൾ പറിച്ചെടുത്താൽ അത് വിഷം നിശ്വസിക്കും!

പതിനേഴ്

ഞാൻ എഴുതിക്കൊണ്ടിരിക്കുമ്പോൾ എന്റെ വിളക്കിന്റെ നിറം മങ്ങി. പകൽവെളിച്ചം പ്രത്യക്ഷപ്പെട്ടു. പള്ളിയിലെ ഘടികാരം മണി ആറടിച്ചു.

* * *

നാളിതുവരെ സംഭവിച്ചതിന്റെ അർത്ഥമെന്താവാം? ജോലിയിലുള്ള കാവൽക്കാരൻ എന്റെ അറയിലേക്കു വന്നു. അയാൾ തലയിൽ നിന്നു തൊപ്പി മാറ്റി, എന്നെ കുമ്പിട്ടു വന്ദിച്ചു. എന്നെ ശല്യം ചെയ്യുന്നതിനു ക്ഷമ ചോദിച്ചു. തന്റെ പരുക്കൻ സ്വരം മയപ്പെടുത്താൻ ഒരു ശ്രമം നടത്തിക്കൊണ്ട് എന്റെ പ്രാതലിന് ഞാനെന്താണ് ഇഷ്ടപ്പെടുന്നതെന്ന് അന്വേഷിച്ചു.

ഒരു ഞെട്ടൽ എന്നെ ഗ്രഹിച്ചു. അത് ഇന്നുതന്നെ നടക്കുമോ?

പതിനെട്ട്

അത് ഇന്നുതന്നെ ആണ് എന്നെനിക്കു തോന്നുന്നു!

ജയിൽ ഗവർണ്ണർ എന്നെ സന്ദർശിക്കാൻ വന്നു. എന്തു സേവനമാണ് അല്ലെങ്കിൽ എന്തു സൗകര്യമാണ് അദ്ദേഹത്തിന് എനിക്കു വേണ്ടി ചെയ്തുതരാൻ കഴിയുക എന്നു ചോദിച്ചു. ഗവർണ്ണറുടെയോ അദ്ദേഹത്തിന്റെ കീഴുദ്യോഗസ്ഥരുടെയോ കാര്യത്തിൽ എനിക്ക് ഒരു പരാതിയും ഉണ്ടാവില്ലെന്ന പ്രതീക്ഷ അദ്ദേഹം പ്രകടിപ്പിച്ചു. എന്റെ ആരോഗ്യത്തെക്കുറിച്ചും രാത്രി ഞാനെങ്ങനെ ചെലവഴിച്ചു എന്നതിനെക്കുറിച്ചും അദ്ദേഹം താല്പര്യപൂർവ്വം ആരാഞ്ഞു. യാത്ര പറയാൻ നേരത്ത് “സാർ” എന്നാണ് എന്നെ സംബോധന ചെയ്തത്! ഓ, അത് ഇന്നേക്കുമാത്രമാണെന്നു തീർച്ച!

പത്തൊമ്പത്

തനിക്കോ തന്റെ ജയിലർമാർക്കോ എതിരെ പരാതിപ്പെടാനുള്ള ഒരു കാരണവും എനിക്കില്ലെന്നാണ് ജയിൽ ഗവർണർ കരുതുന്നത്. അദ്ദേഹത്തിന്റെ ന്യായം ശരിയാണ്. പരാതിപ്പെടുന്നത് എന്നെ സംബന്ധിച്ചിടത്തോളം തെറ്റായിരിക്കും. അവർ തങ്ങളുടെ കർത്തവ്യം നിർവ്വഹിച്ചിരിക്കുന്നു. അവരെന്നെ സുരക്ഷിതമായി സൂക്ഷിച്ചു. എന്റെ വരവിലും പോക്കിലും അവർ സംതൃപ്തരാണ്. ഞാനും സംതൃപ്തനാവേണ്ടതല്ലേ?

കരുണാമയമായ പുഞ്ചിരിയോടു കൂടിയ ഈ ഗവർണ്ണർ, അദ്ദേഹത്തിന്റെ മൃദുവാക്കുകൾ, സ്തുതിക്കുകയും ചാരവൃത്തി നട

ത്തുകയും ചെയ്യുന്ന അദ്ദേഹത്തിന്റെ കണ്ണുകൾ, ഭാരമേറിയ പരുക്കൻ കൈകൾ-അദ്ദേഹം ജയിലിന്റെ അവതാരമാണ്!

ങ്ഹാ, ഹതഭാഗ്യനായ ജീവി! എനിക്കെന്താണു സംഭവിക്കുക? അവരെന്നെ എന്താണ് ചെയ്യുക?

ഇരുപത്

നോക്കൂ! ഞാൻ ശാന്തനാണ്. എല്ലാം അവസാനിച്ചു. തീർത്തും അവസാനിച്ചു! ഗവർണ്ണറുടെ സന്ദർശനം മൂലം ഞാനകപ്പെട്ട ഭീതിദമായ ഉത്കണ്ഠയിൽ നിന്ന് ഞാൻ മുക്തനാക്കപ്പെട്ടിരിക്കുന്നു. എന്തുകൊണ്ടെന്നാൽ ഇപ്പോഴും പ്രതീക്ഷയുണ്ടെന്ന് ഞാൻ തുറന്നു സമ്മതിക്കുന്നു. എന്നാൽ ഇപ്പോഴിതാ പ്രതീക്ഷ പോയിരിക്കുന്നു. ദൈവമേ, നന്ദി.

എന്താണ് സംഭവിച്ചതെന്ന് ഞാൻ രേഖപ്പെടുത്തട്ടെ. ആറരമണിയ്ക്ക് എന്റെ ജയിലറയുടെ വാതിൽ തുറക്കപ്പെട്ടു. നരച്ച തലമുടിയുള്ള ഒരു വൃദ്ധൻ കടന്നുവന്നു. തവിട്ടു നിറത്തിലുള്ള വലിയ കോട്ടാണ് അയാൾ ധരിച്ചിരുന്നത്.

അയാൾ കോട്ടഴിച്ചു. അതിന്നടിയിൽ ഒരു പുരോഹിതന്റെ ളോഹയും നാടകളും ഞാൻ കണ്ടു. അദ്ദേഹം ജയിലിലേക്കു വരുന്ന പതിവു പുരോഹിതനല്ല. ഇത് അശുഭകരമായി ഭവിച്ചതായി എനിക്കു തോന്നി. ശാന്തമായ ഒരു മന്ദസ്മിതത്തോടെ എനിക്കെതിരെ അദ്ദേഹം ഇരിപ്പുറപ്പിച്ചു. എന്നിട്ട് തലയാട്ടിക്കൊണ്ട് ആകാശത്തേക്കു കണ്ണുകളുയർത്തി. എനിക്കദ്ദേഹത്തെ മനസ്സിലായി.

“മകനേ, നീ ഒരുങ്ങിക്കഴിഞ്ഞോ?” പുരോഹിതൻ ചോദിച്ചു.

ഞാൻ താഴ്ന്ന സ്വരത്തിൽ മറുപടിയേകി, “ഞാൻ ഒരുങ്ങിക്കഴിഞ്ഞിട്ടില്ല-എന്നാൽ ഞാൻ തയ്യാറാണ്.”

അന്നേരം എന്റെ കാഴ്ച കലങ്ങി. എന്റെ ശരീരത്തിലെമ്പാടും ഒരു കുളിരു വ്യാപിച്ചു. ചെന്നിയിലെ സിരകൾ വീങ്ങുന്നതായും ചെവികളിൽ അവ്യക്തമായ ഒരു തരം മർമ്മരം ഉള്ളതായും എനിക്കനുഭവപ്പെട്ടു.

കസേരയിലിരുന്ന് ഉറക്കത്തിലെന്നപോലെ ഞാൻ ആടിക്കൊണ്ടിരുന്നപ്പോഴും വൃദ്ധൻ സംസാരം തുടർന്നു. ചുരുങ്ങിയ പക്ഷം അദ്ദേഹം സംസാരിക്കുന്നതായി എനിക്കു തോന്നുകയെങ്കിലും ചെ

യ്തു. കാരണം, അദ്ദേഹത്തിന്റെ ചുണ്ടുകൾ ചലിക്കുന്നതും കൈ ഉയർത്തുന്നതും കണ്ടതായി ഞാനോർക്കുന്നു.

വാതിൽ വീണ്ടും തുറന്നു. പൂട്ടിന്റെ ഒച്ച മനോരാജ്യത്തിൽ നിന്ന് എന്നെ ഉണർത്തി! പുരോഹിതനെ തന്റെ ഉപദേശത്തിൽ നിന്നും. ഗവർണ്ണറോടൊപ്പം കറുത്ത വസ്ത്രം ധരിച്ച ഒരാൾ കട ന്നുവന്നു. അയാൾ വളരെ ഭവ്യതയോടെ എന്റെ മുന്നിൽ കുമ്പിട്ടു. അയാളുടെ കൈവശം ഒരു ചുരുൾ കടലാസ്സുണ്ട്.

“സർ,” ഉപചാരപൂർവ്വമായ ഒരു പുഞ്ചിരിയോടെ അയാൾ പ റഞ്ഞു, “സർക്കാർ വക്കീലിൽ നിന്ന് ഞാൻ അങ്ങേയ്ക്കുവേണ്ടി ഒ രു ഉത്തരവ് കൊണ്ടുവന്നിരിക്കുന്നു.”

എന്റെ ആദ്യ മാനസികസംഘർഷം തരണം ചെയ്തു. എന്റെ മനഃസാന്നിദ്ധ്യമെല്ലാം തിരിച്ചെത്തി. ദൃഢസ്വരത്തിൽ ഞാൻ മറുപ ടിയേകി, “വായിക്കൂ, സാർ.”

ദീർഘമായ, സാങ്കേതിക വിവരങ്ങൾ ഉൾക്കൊള്ളുന്ന ഒരു കടലാസ് അയാൾ വായിച്ചു കേൾപ്പിച്ചു. എന്റെ ദയാഹരജി നിര സിക്കപ്പെട്ടിരിക്കുന്നു എന്നതാണ് അതിന്റെ കാൽ.

“വധശിക്ഷ ഇന്നായിരിക്കും,” അയാൾ കൂട്ടിച്ചേർത്തു; “ഏഴ ര മണിയ്ക്ക് ഇതു ഞങ്ങൾ കോൺസീർജറി ജയിലിലേക്ക് അയ ക്കും. എന്റെ പ്രിയപ്പെട്ട സർ, അന്നേരം ഞങ്ങളെ അനുഗമിക്കാൻ അങ്ങേയ്ക്ക് അങ്ങേയറ്റത്തെ സന്മനസ്സുണ്ടാകുമോ?”

ഏതാനും നിമിഷം ഞാനയാളെ തുടർന്നു ശ്രദ്ധിച്ചില്ല. കാര ണം അയാളുടെ കണ്ണുകൾ കടലാസിൽ നട്ടിരിക്കുമ്പോഴും ഗവർ ണർ പുരോഹിതനുമായുള്ള സംസാരത്തിൽ മുഴുകിയിരിക്കുകയാ യിരുന്നു. അവർ പകുതി തുറന്നിട്ടിരുന്ന വാതിൽക്കലേക്ക് ഞാൻ നോക്കി!... ങ്ഹാ, ഹതഭാഗ്യനായ ഞാൻ! ഇടനാഴിയിൽ നാലു പാ റാവുകാർ. എപ്പോഴാണ് ഞാൻ പോകാൻ തയ്യാറാവുക എന്ന് എ ന്നോടു വീണ്ടും ചോദിച്ചു.

“നിങ്ങൾക്ക് ഇഷ്ടമുള്ളപ്പോൾ,” ഞാൻ പറഞ്ഞു. “നിങ്ങളു ടെതായ സമയമനുസരിച്ച്.”

“എങ്കിൽ, അരമണിക്കൂറിനുള്ളിൽ ഞാൻ അങ്ങയെ കൊണ്ടു പോകാൻ തിരിച്ചെത്താം,” നമിച്ചുകൊണ്ട് അയാൾ പറഞ്ഞു. സം ഘത്തിൽപ്പെട്ട എല്ലാവരും അവിടെ നിന്ന് പിൻവലിഞ്ഞു.

ഓ, രക്ഷപ്പെടാൻ വല്ല മാർഗ്ഗവുമുണ്ടോ ദൈവമേ! എന്തെങ്കി

ലും വഴി! ഞാൻ രക്ഷപ്പെടുകതന്നെ വേണം. തീർച്ചയായും വേണം! ഉടനെ! വാതിൽ വഴി, ജനാലവഴി, മേല്പുരവഴി! ഈ പോരാട്ടത്തിൽ ഞാൻ നശിക്കുകയാണെങ്കിൽ കൂടിയും!

ഓ, ഉന്മാദം! ചെകുത്താന്മാർ! ശാപം! കാര്യക്ഷമമായ ഉപകരണങ്ങൾ കൊണ്ടുപോലും ഈ ചുമർ തുളയ്ക്കാൻ മാസങ്ങളെടുക്കും. എനിയ്ക്കാകട്ടെ ഒരാണിപോലുമില്ല, ഒരു മണിക്കൂർ പോലുമില്ല!

ഇരുപത്തൊന്ന്

കോൺസീർജറി ജയിൽ

പിന്നീട് എന്നെ ഇങ്ങോട്ടേക്കു മാറ്റി. ഞാൻ വിശദാംശങ്ങൾ രേഖപ്പെടുത്തട്ടെ. ഏഴരമണിയ്ക്ക് സന്ദേശവാഹകൻ എന്റെ ജയിലറയുടെ പടിവാതിലിൽ വീണ്ടും പ്രത്യക്ഷപ്പെട്ടു. "സാർ," അയാൾ പറഞ്ഞു, "ഞാൻ അങ്ങേയ്ക്കുവേണ്ടി കാത്തുനിൽക്കുകയാണ്."

കഷ്ടം! മറ്റു നാലുപേരും ഇതുതന്നെയാണ് ചെയ്തതെന്ന് ഞാൻ കണ്ടു! ഞാനെഴുന്നേറ്റ് ഒരു ചുവട് മുന്നോട്ടുവെച്ചു. രണ്ടാമതൊരു ചുവടുവെയ്ക്കാൻ കഴിയില്ലെന്ന് എനിക്കു തോന്നി. തലയ്ക്കു വല്ലാത്ത ഭാരം. അവയവങ്ങൾ അങ്ങേയറ്റം ശക്തിഹീനം. എങ്കിലും എന്റെ ദൗർബ്ബല്യത്തെ കീഴടക്കാൻ ഞാനൊരു ശ്രമം നടത്തി. ശക്തിയുടേതായ ഒരു പ്രതീതി ഞാനുളവാക്കുകയും ചെയ്തു.

ജയിലറ വിടുന്നതിനു മുമ്പ് ഞാനതിനെ അവസാനമായി ഒന്നു നോക്കി. ഞാനതിനോട് എപ്പോഴേ മാനസികമായി പൊരുത്തപ്പെട്ടു കഴിഞ്ഞിരുന്നു. ഇതിനു പുറമെ അറയെ കാലിയാക്കിയും തുറന്നും ഇട്ടാണ് ഞാൻ പോയത്. അത് ഒരു കാരാഗൃഹത്തെ സംബന്ധിച്ചിടത്തോളം വിചിത്രമായ ഭാവമാണുണ്ടാക്കുക.

ആരും താമസിക്കാതെ അധികകാലം അതങ്ങനെ കിടക്കില്ല. ഇന്നു വൈകീട്ട് ആരെയോ പ്രതീക്ഷിക്കുന്നതായി കാവൽക്കാർ പറഞ്ഞു. അസ്സൈസസ് കോടതിയിൽ വിചാരണ കഴിഞ്ഞ ഒരു തടവുകാരനാണത്രേ അത്.

ഇടനാഴിയുടെ തിരിവിൽ പുരോഹിതൻ ഞങ്ങളോടൊപ്പം ചേർന്നു. അദ്ദേഹം പ്രാതൽ കഴിച്ചതേയുള്ളു.

ജയിലിന്റെ ഉമ്മറപ്പടിയിലേക്ക് ഗവർണ്ണർ എന്നെ കൈപിടിച്ചു കൊണ്ടുപോയി. നാലു ഭടന്മാരുടെ അകമ്പടിയോടെ അദ്ദേഹമെന്റെ യാത്രയെ ബലപ്പെടുത്തി.

ആശുപത്രി വാതിൽക്കൽവെച്ച് മരിക്കാൻ കിടക്കുന്ന ഒരു വൃദ്ധൻ വിളിച്ചു പറഞ്ഞു: "ശുഭയാത്ര, താമസിയാതെ നമ്മൾ വീണ്ടും കണ്ടുമുട്ടും!"

ഞങ്ങൾ നടുമുറ്റത്തെത്തിചച്ചേർന്നു. അവിടെ സ്വതന്ത്രമായി വീണ്ടുമെനിക്ക് ശ്വസിക്കാൻ കഴിഞ്ഞു. ഇതെന്നെ വളരെയേറെ ഉന്മേഷവാനാക്കി. എന്നാൽ വെളിപ്രദേശത്ത് ഞങ്ങൾ വളരെ ദൂരം നടന്നില്ല. വാഹനം ഒന്നാം കോടതിക്കടുത്താണ് നിർത്തിയിട്ടിരുന്നത്. എന്നെയവിടെ മുമ്പുകൊണ്ടുവന്നിരുന്ന അതേ വാഹനം തന്നെയാണത്-ദീർഘചതുരാകൃതിയിലുള്ള ഒരു വാൻ. കമ്പിവലകൾ കൊണ്ട് അതിനെ രണ്ടായി വിഭജിച്ചിരിക്കുന്നു. ഓരോ ഭാഗത്തിനും ഓരോ വാതിൽ വീതമുണ്ട്, ഒന്ന് മുന്നിലും മറ്റേത് പിന്നിലും. മൊത്തത്തിൽ വൃത്തികെട്ടതാണ്. പൊടിപിടിച്ച് കറുത്തിരുണ്ടിരിക്കുന്നു. ഇതുമായി താരതമ്യപ്പെടുത്തുമ്പോൾ പാവപ്പെട്ടവർക്കു ശവവണ്ടി രാജകീയ വാഹനമാണ്! ഈ ചലിക്കുന്ന ശവകുടീരത്തിൽ ഞാൻ സ്വയം പൂഴ്ന്നിരിക്കുന്നതിനു മുമ്പ്, മുറ്റത്തേക്ക് ഒരു നോട്ടമയച്ചു-ഒരു അത്ഭുതകൃത്യത്തെ ആരായുന്നതായി തോന്നുന്ന ഹതാശമായ നോട്ടങ്ങളിലൊന്ന്. കോടതി കാഴ്ചക്കാരെക്കൊണ്ട് നിറഞ്ഞിരുന്നു. ഗാലി കുറ്റവാളികൾ യാത്ര പുറപ്പെടും നേരത്ത് പെയ്ത പകൽമഴ പോലെ, ഒരു നേരിയ കുളിരുള്ള മഴ ചാറി, ഇത് കാലാവസ്ഥയുടെ മഴയാണ്. ഇപ്പോഴും മഴ പെയ്തുകൊണ്ടിരിക്കുന്നു. പകൽ മുഴുവനും മഴ ഉണ്ടായിരിക്കുമെന്ന് തീർച്ച. ഞാനില്ലാതാകുന്നതുവരെ ഈ മഴ നീണ്ടുനിൽക്കും. ഞങ്ങൾ വാനിൽ കയറി. സന്ദേശവാഹകനും ഒരു ഭടനും മുന്നിലെ അറയിലും പുരോഹിതനും ഞാനും ഒരു ഭടനും മറ്റേതിലും. വാഹനത്തിനു ചുറ്റും കുതിരപ്പുറമേറിയ നാലു സൈനികരുമുണ്ട്. ഞാൻ വാഹനത്തിനുള്ളിലേക്കു കടക്കവേ അരികിൽ നിന്നിരുന്ന ചാരനിറക്കണ്ണുകളുള്ള ഒരു വൃദ്ധ വിളിച്ചു പറഞ്ഞു: "ഇതു കാണുന്നത് എനിക്കിഷ്ടമാണ്. ഗാലി കുറ്റവാളികളെ കാണുന്നതിനേക്കാൾ എത്രയോ ഭേദമാണിത്!"

ഇതെനിക്ക് ഉൾക്കൊള്ളാൻ കഴിയും. ഒറ്റ വീക്ഷണത്തിൽത്തന്നെ കൂടുതൽ എളുപ്പത്തിൽ മനസ്സിലാക്കാൻ കഴിയുന്ന ഒരു ദൃശ്യ

മാണിത്. ശ്രദ്ധയെ ഒന്നും വ്യതിചലിപ്പിക്കുന്നില്ല. ഇവിടെ ഞാനൊരാൾ മാത്രം. മറ്റെല്ലാ കുറ്റവാളികളും ഒന്നിച്ചനുഭവിക്കേണ്ട ദുരന്തം ഈ ഒറ്റപ്പെട്ട ജീവിയുടെ മേൽ കോരിച്ചൊരിഞ്ഞിരിക്കുന്നു. കൂറ്റൻ പടിവാതിലിന്നടിയിലൂടെ അസുഖകരമായ ഒച്ചയുണ്ടാക്കി വാൻ കടന്നുപോയി. ബൈസെറ്റർ ജനലിന്റെ ഭാരമേറിയ കതകുകൾ ഞങ്ങൾക്കു പിന്നിൽ അടഞ്ഞു. മയക്കത്തിലാണെങ്കിലും ചലിക്കുന്നതായി എനിക്ക് അനുഭവപ്പെട്ടു. ഇളകാനോ ഉറക്കെ കരയാനോ കഴിയാത്ത, തന്നെ ജീവനോടെ കുഴിച്ചുമൂടാൻ പോവുകയാണെന്ന് അനുഭവിക്കുന്നതായി സങ്കല്പിക്കുന്ന വിസ്മൃതിയിലാണ്ടുപോയ ഒരാളെപ്പോലെയായിരുന്നു അത്. വണ്ടി വലിക്കുന്ന തപാൽ കുതിരകളുടെ കോളറിന്മേലെ മണിയടിയൊച്ച, നിരത്തിലെ നാനാവിധ സാധനങ്ങളിന്മേൽ ഇരുമ്പുചക്രം ഉരസുമ്പോഴുണ്ടാകുന്ന ശബ്ദം, തേരാളി ചാട്ടവാർ വീശുമ്പോഴുണ്ടാകുന്ന ചടപടാ ശബ്ദം, വാഹനത്തിനു ചുറ്റുമുള്ളു ഭടന്മാരുടെ കനത്ത കാലൊച്ചകൾ-ഇവയെല്ലാം ഞാൻ അവ്യക്തമായി ശ്രദ്ധിച്ചു. എന്നെ വഹിച്ചുകൊണ്ടുപോകുന്ന ഒരു ചുഴലിക്കാറ്റുപോലെയാണ് എനിക്കിതെല്ലാം അനുഭവപ്പെട്ടത്.

ദുഃഖം മൂലം എന്റെ മനസ്സ് വളരെയധികം മരവിച്ചിരുന്നതിനാൽ ഈ ചിന്ത ഞാനുൾക്കൊണ്ടത് ഒരു സ്വപ്നത്തിലെന്ന പോലെയായിരുന്നു. അകലെ നോത്രദാമിൽ നീല ഗോപുരങ്ങൾ ഞാൻ കണ്ടു. “പതാകയുള്ള ഗോപുരത്തിനു മുകളിലുണ്ടായിരിക്കുന്നവർക്ക് എന്റെ വധശിക്ഷ നടപ്പാക്കൽ നന്നായി കാണാം.” ഒരു വിഡ്ഢിപ്പുഞ്ചിരിയോടെ ഞാൻ സ്വയം പറഞ്ഞു.

ഈ നിമിഷത്തിലാണ് പുരോഹിതൻ എന്നോടു വീണ്ടും സംസാരിക്കാൻ പുറപ്പെട്ടതെന്ന് ഞാൻ കരുതുന്നു. ക്ഷമയോടെ ഞാനദ്ദേഹത്തെ സംസാരിക്കാൻ അനുവദിച്ചു. അപ്പോഴും എന്റെ ചെവിയിൽ ചക്രങ്ങളുടെ ഒച്ചയും കുതിരകളുടെ കുളമ്പടിയും കുതിരക്കാരന്റെ ചാട്ടവാറടിയും മുഴങ്ങുകയായിരുന്നു. അതുകൊണ്ടു തന്നെ അത് മറ്റൊരു ദുർഗ്രഹമായ ഒച്ചയായിരുന്നു. ഒരു കൊച്ചരുവിയുടെ മർമ്മരം പോലെ എന്റെ ചിന്തകളെ ജഡീഭവിപ്പിച്ച വിരസമായ വാക്കുകളുടെ പ്രവാഹത്തിന് ഞാൻ നിശ്ശബ്ദതയോടെ കാതോർത്തു. എപ്പോഴും വൈവിധ്യമാർന്ന്, എന്നാൽ എപ്പോഴും ഒരേപോലെ എന്റെ നിശ്ചേഷ്ടമായ മനസ്സിനു മുന്നിലൂടെ ആ വാക്കുകൾ

കടന്നുപോയി. പാതയോരത്ത് നാം പിന്നിട്ടു പോകുന്ന വളഞ്ഞ ഇരിമ്പകമരങ്ങൾ പോലെയാണത്. വാനിന്റെ മുന്നിലുള്ള സന്ദേശ വാഹകന്റെ ഹ്രസ്വവും ഞെട്ടിക്കുന്നതുമായ ശബ്ദം എന്നെ പെട്ടെന്നുണർത്തി.

“എന്താണ് ഇന്നത്തെ വാർത്ത, അച്ചോ?” ഏതാണ്ടൊരു ആഹ്ലാദസ്വരത്തിൽ അയാൾ ചോദിച്ചു.

തുരുതുരാ എന്നോടു സംസാരിച്ചു കൊണ്ടിരിക്കുകയായിരുന്നു പുരോഹിതൻ. മാത്രമല്ല, വാഹനത്തിന്റെ ഒച്ച മൂലം ചെവി അടയുകയും ചെയ്തിരുന്നു. അതിനാൽ അദ്ദേഹം മറുപടി നൽകിയില്ല.

“ശരിയാണ്, ശരിയാണ്! ഈ വാനിന് എന്തൊരു കരകരാ ശബ്ദം. ഒരാൾ പറയുന്നത് അയാൾക്കുതന്നെ കേൾക്കില്ല. അച്ചോ, എന്താണ് ഞാൻ അങ്ങയോടു പറഞ്ഞുകൊണ്ടിരുന്നത്! ഓ, പിടികിട്ടി. പാരീസിലെ ഇന്നത്തെ വലിയ വാർത്ത അങ്ങേക്കറിയാമോ?”

അയാൾ എന്നോടാണ് സംസാരിക്കുന്നത് എന്ന പോലെ ഞാൻ ഞെട്ടിത്തിരിഞ്ഞുനോക്കി.

“ഇല്ല,” അയാൾ പറഞ്ഞത് കുറച്ചെന്തോ കേട്ട പുരോഹിതൻ പറഞ്ഞു! “ഇന്നു രാവിലെ പത്രങ്ങൾ വായിക്കാൻ എനിക്കു സമയം കിട്ടിയിരുന്നില്ല. ഇന്നു വൈകീട്ട് ഞാനവ കാണും. പകൽ മുഴുവനും ഇവ്വിധം തിരക്കായിരിക്കുമ്പോൾ, പത്രങ്ങൾ സൂക്ഷിച്ചുവെയ്ക്കാൻ വേലക്കാരനോട് ഞാൻ ആവശ്യപ്പെടും. തിരിച്ചെത്തുമ്പോഴാണ് അവ വായിക്കുക.”

“അയ്യോ!” മറ്റേയാൾ മറുപടി പറഞ്ഞു, “ഞാനുദ്ദേശിച്ചത് അങ്ങ് കേട്ടിരിക്കാൻ സാധ്യതയില്ല. പാരീസിലെ വാർത്ത... ഇന്നു കാലത്തെ വാർത്ത.”

ഇപ്പോൾ സംസാരിക്കാൻ എന്റെ ഊഴമായി. ഞാൻ പറഞ്ഞു. “നിങ്ങൾ ഉദ്ദേശിക്കുന്നതെന്താണെന്ന് എനിക്കറിയാം.”

സന്ദേശവാഹകൻ എന്റെ നേരെ നോക്കി. “അങ്ങ്? ശരിയ്ക്കും! അതിനെക്കുറിച്ച് അങ്ങയുടെ അഭിപ്രായമെന്താണെന്നു പറഞ്ഞാലും?”

“നിങ്ങൾ പരകാര്യങ്ങൾ അറിയുന്നതിൽ തല്പരനാണ്.” ഞാൻ പറഞ്ഞു.

"അതെന്താണ് അങ്ങനെ സർ?" അയാൾ ചോദിച്ചു. "ഓരോരുത്തർക്കും ഒരു രാഷ്ട്രീയാഭിപ്രായം ഉണ്ടായിരിക്കണം. അങ്ങേയ്ക്ക് ഒരു രാഷ്ട്രീയാഭിപ്രായം ഇല്ലെന്നതിൽ ഞാനങ്ങയെ ബഹുമാനിക്കുന്നു. എന്നെ സംബന്ധിച്ചു പറയുകയാണെങ്കിൽ ഫ്രഞ്ചു വിപ്ലവത്തിൽ പങ്കെടുത്ത നാഷനൽ ഗാർഡിനെ പുനഃസ്ഥാപിക്കുന്നതിനെ ഞാൻ പൂർണമായി അനുകൂലിക്കുന്നു. എന്റെ കമ്പനിയിൽ ഒരു ഭടനായിരുന്നു ഞാൻ. വിശ്വസിക്കൂ, അത് വളരെ അനുയോജ്യ-"

ഞാൻ ഇടയ്ക്കു കയറിപ്പറഞ്ഞു: "ചർച്ചയ്ക്കുള്ള വിഷയം ഇതാണെന്നു ഞാൻ കരുതിയില്ല."

"എങ്കിൽപ്പിന്നെ, എന്താണ് അങ്ങ് കരുതിയത്? ആ വാർത്ത അറിയാമെന്ന് അങ്ങ് പ്രഖ്യാപിച്ചതാണല്ലോ."

"പാരീസ് ഇന്ന് ഉൾപ്പെട്ടിരിക്കുന്ന മറ്റു ചിലതിനെക്കുറിച്ചാണ് ഞാൻ പറഞ്ഞത്."

ആ വിഡ്ഢിയ്ക്ക് അതു മനസ്സിലായില്ല. അയാളുടെ ജിജ്ഞാസ ഉണർന്നു.

"കൂടുതൽ വാർത്തകൾ! ഏതു പണ്ടാറത്തിൽ നിന്നാണ് അങ്ങേയ്ക്ക് വാർത്ത മനസ്സിലാക്കാൻ സാധിക്കുക? എന്താണത് എന്റെ പ്രിയപ്പെട്ട സർ? അതെന്താണെന്ന് അങ്ങേയ്ക്കറിയാമോ, അച്ചോ? അതിനെക്കുറിച്ചെല്ലാം ഞാൻ കേൾക്കട്ടെ, ഞാൻ കേണപേക്ഷിക്കുന്നു. നോക്കൂ, എനിക്ക് വാർത്തകൾ ഇഷ്ടമാണ്. പ്രസിഡന്റിനെ അറിയിക്കാൻ. ഇതദ്ദേഹത്തെ രസിപ്പിക്കും."

അയാൾ ഞങ്ങളെ മാറി മാറി നോക്കി. മറുപടി ലഭിച്ചില്ല.

"ശരി," അയാൾ പറഞ്ഞു, "എന്തിനെക്കുറിച്ചാണ് നിങ്ങൾ ചിന്തിക്കുന്നത്?"

"ഇന്നു വൈകീട്ട് എന്റെ ചിന്ത അവസാനിക്കുമല്ലോ എന്നതിനെക്കുറിച്ചാണ് ഞാൻ ചിന്തിക്കുന്നത്." ഞാൻ പറഞ്ഞു.

"ഓ, അതാണോ കാര്യം," അയാൾ പ്രതിവചിച്ചു. "ഉഷാറാകൂ. അങ്ങ് വളരെ സങ്കടത്തിലാണല്ലോ. മിസ്റ്റർ കാസ്റ്റൈങ് തന്റെ വധശിക്ഷയുടെ അന്ന് ആവേശത്തോടെയാണ് സംസാരിച്ചത്."

പിന്നീട് ഇത്തിരി നിർത്തിയശേഷം അയാൾ തുടർന്നു. "മി

സ്റ്റർ പപ്പാവൊയ്നിന്റെ അന്ത്യനാളിൽ ഞാനയാളെ അനുഗമിച്ചിരുന്നു. നീർനായ രോമം കൊണ്ടുണ്ടാക്കിയ തൊപ്പിയാണ് അയാൾ ധരിച്ചിരുന്നത്. ചുരുട്ട് ആഞ്ഞുവലിക്കുകയും ചെയ്തിരുന്നു. ലാറോച്ചെല്ലേയിലെ ചെറുപ്പക്കാരെക്കുറിച്ചു പറയുകയാണെങ്കിൽ, അവർ തമ്മിൽത്തമ്മിൽ മാത്രമേ സംസാരിച്ചിരുന്നുള്ളൂ. എങ്കിലും അവർ സംസാരിച്ചുവല്ലോ. അങ്ങയെ സംബന്ധിച്ചാണെങ്കിൽ, അങ്ങ് വളരെയേറെ മ്ലാനതയിലാണെന്ന് ഞാൻ ശരിയ്ക്കും കരുതുന്നു. എന്റെ ചെറുപ്പക്കാരാ.”

“ചെറുപ്പക്കാരൻ?” ഞാൻ ആവർത്തിച്ചു. “ഞാൻ നിങ്ങളേക്കാളും പ്രായമുള്ളവനാണ്. കടന്നുപോകുന്ന ഓരോ കാൽമണിക്കൂറും എനിക്ക് ഒരു കൊല്ലം പ്രായക്കൂടുതലുണ്ടാക്കുന്നു.”

അയാൾ ചുറ്റും തിരിഞ്ഞുനോക്കി. വിഡ്ഢിത്തം നിറഞ്ഞ അമ്പരപ്പോടെ ഏതാനും മിനുട്ട് എന്റെ മുഖത്ത് കണ്ണുനട്ടു. എന്നിട്ട് അമർത്തിച്ചിരിക്കാൻ തുടങ്ങി.

“ഓ, അങ്ങ് തമാശ പറയുകയാണ്. എന്നേക്കാൾ പ്രായക്കൂടുതലോ? എനിക്ക് അങ്ങയുടെ മുത്തച്ഛനാകാനുള്ള പ്രായമുണ്ടല്ലോ.”

“തമാശ പറയാൻ എനിക്കാഗ്രഹമില്ല,” ഞാൻ സഗൗരവം പറഞ്ഞു. അയാൾ തന്റെ പൊടിഡപ്പി തുറന്നു.

“ഇതാ നോക്കൂ, എന്റെ നല്ലവനായ സർ. ദേഷ്യം പിടിക്കാതെ ഒരു നുള്ള് മൂക്കുപൊടിയെടുക്കൂ. മനസ്സിൽ പക സൂക്ഷിക്കരുത്.”

“പേടിക്കേണ്ട,” ഞാൻ പറഞ്ഞു. “നിങ്ങൾക്കെതിരെ പക സൂക്ഷിക്കാൻ ഞാൻ അധികകാലം ജീവിച്ചിരിക്കില്ല.”

ഈ നിമിഷം അയാൾ എനിക്കു നേരെ നീട്ടിയ പൊടിഡപ്പി ഞങ്ങളെ വേർതിരിച്ചിരുന്ന ഇരുമ്പഴിയ്ക്കു നേരെ വന്നു. വണ്ടി കുലുങ്ങിയപ്പോൾ ഡപ്പി ശക്തമായി അഴിയിലിടിച്ച് താഴെ വീണ്, ഭടന്റെ പാദങ്ങൾക്കിടയിൽ മലർക്കെ തുറന്നു കിടന്നു.

“നാശം പിടിച്ച ഇരുമ്പഴി!” സന്ദേശവാഹകൻ പ്രാകി. പിന്നീട് എന്റെ നേർക്കു തിരിഞ്ഞ് കൂട്ടിച്ചേർത്തു. “ഇപ്പോൾ ഞാൻ നിർഭാഗ്യവാനല്ലേ? എന്റെ പൊടിയെല്ലാം നഷ്ടപ്പെട്ടിരിക്കുന്നു!”

“എനിക്കു നഷ്ടപ്പെടാൻ പോകുന്നത് നിങ്ങൾക്കുള്ളതിനേക്കാൾ വളരെ കൂടുതലാണ്,” ഞാൻ പറഞ്ഞു.

മൂക്കുപൊടി പെറുക്കിയെടുക്കാൻ ശ്രമിക്കവേ അയാൾ പല്ലുകൾ കടിച്ചുകൊണ്ട് പിറുപുറുത്തു: "എന്റേതിനേക്കാൾ കൂടുതലാണത്രേ! എന്തൊരു എളുപ്പത്തിലാണ് അത് പറഞ്ഞത്. പാരീസിലെത്തുന്നതുവരെ ഇനിയെനിക്ക് മൂക്കുപൊടി ഉണ്ടാവില്ല! ഭയങ്കരം തന്നെ."

പിന്നീട് പുരോഹിതൻ ചില സാന്ത്വനവാക്കുകൾ അയാളോടു പറഞ്ഞു. അപ്പോൾ ഞാൻ ചിന്തയിൽ മുഴുകിയിരിക്കുകയായിരുന്നോ എന്ന് എനിക്കറിഞ്ഞുകൂടാ. എന്നോടു തുടങ്ങിവെച്ചിരുന്ന ഗുണദോഷിക്കലിന്റെ ഒരു ഭാഗമായിരുന്നു അതെന്നു തോന്നി.

പുരോഹിതനും സന്ദേശവാഹകനും തമ്മിലുള്ള സംഭാഷണം ക്രമേണ വർദ്ധിച്ചു വന്നു. ഞാൻ വീണ്ടും ചിന്തയിലാണ്ടു ചുങ്കക്കവാടത്തിനു മുന്നിൽ വാൻ ഒരു മിനുട്ട് നിർത്തി. ഇൻസ്പെക്റ്റർ വാൻ പരിശോധിച്ചു. കശാപ്പു ചെയ്യാൻ കൊണ്ടുപോകുന്ന ആടോ കാളയോ ആണ് അതിലുണ്ടായിരുന്നതെങ്കിൽ അവർ കുറച്ച് പണം ആവശ്യപ്പെടുമായിരുന്നു. പക്ഷേ, മനുഷ്യത്തലയ്ക്കു തീരുവ കൊടുക്കേണ്ട!

ഞങ്ങൾ കവാടങ്ങളിലൂടെ കടന്നുപോയി. ഫൗബർഗ് സെന്റ് മാർക്കോയിലെയും നഗരത്തിലെയും പഴയതും വളഞ്ഞുതിരിഞ്ഞതുമായ തെരുവുകളിലൂടെ അതിവേഗം വാഹനം കുതിച്ചുപാഞ്ഞു. ചിതൽപ്പുറ്റിലെ നിരവധി വഴികൾ പോലെ തിരിഞ്ഞതും പരസ്പരം കുറുകെ ഛേദിക്കുന്നതുമാണ് ആ തെരുവുകൾ. ഈ ഇടുങ്ങിയ തെരുവുവീഥികളിൽ ചക്രങ്ങളുടെ ഉരുളൽ വളരെയേറെ ശബ്ദായമാനവും വേഗമുള്ളതും ആയിത്തീർന്നതിനാൽ എനിക്ക് മറ്റു ശബ്ദമൊന്നും കേൾക്കാൻ കഴിഞ്ഞില്ല. എങ്കിലും വാൻ കടന്നുപോകവേ, ജനങ്ങൾ ആശ്ചര്യപ്പെട്ടു നോക്കുന്നത് ഞാൻ കണ്ടു. ഒരു സംഘം കുട്ടികൾ വണ്ടിയുടെ വഴിത്താര പിന്തുടർന്നു. നാൽക്കവലകളിൽ മുഷിഞ്ഞ വസ്ത്രം ധരിച്ച ആൾക്കാർ കയ്യിൽ അച്ചടിച്ച കടലാസ്സുകെട്ട് പിടിച്ചുനിൽക്കുന്നത് സാന്ദർഭികമായി ഞാൻ കണ്ടു. എന്തോ വിളിച്ചു പറയുന്നതുപോലെ അവരുടെ വായ് തുറന്നുപിടിച്ചിരുന്നു. വഴിപോക്കർ അവരിൽ നിന്നും വാങ്ങുന്നുമുണ്ട്.

കോൺസീർജറി ജയിലിന്റെ മുറ്റത്തെത്തിയപ്പോൾ കൊട്ടാരത്തിലെ ഘടികാരം മണി എട്ടരയടിച്ചു. കൊട്ടാരത്തിന്റെ വീതിയേറിയ കോണിപ്പടി, ചെറുപള്ളി, ഗാംഭീര്യമാർന്ന വാതിൽപ്പടികൾ

എന്നീ കാഴ്ചകൾ എന്നിൽ ഞെട്ടലുളവാക്കി. വാഹനം നിന്നപ്പോൾ എന്റെ ഹൃദയസ്പന്ദനം നിലച്ചതായും എനിക്കു തോന്നി.

എങ്കിലും ഞാൻ ധൈര്യം സംഭരിച്ചു. വാതിൽ തുറക്കപ്പെട്ടു. ചലിക്കുന്ന ജയിലിൽ നിന്ന് മിന്നൽവേഗത്തിൽ ചാടിയിറങ്ങി സൈനികരുടെ രണ്ടു നിരകൾക്കിടയിലൂടെ കടന്നുപോയി. എന്റെ പാതയിൽ ഒരു ജനക്കൂട്ടം അവിടെ രൂപപ്പെട്ടുകഴിഞ്ഞിരുന്നു.

ഇരുപത്തിരണ്ട്

വധശിക്ഷയ്ക്കു വിധിക്കപ്പെട്ടവർ മാത്രം കടന്നുപോകുന്ന ഉയരം കുറഞ്ഞ വാതിലുകൾ, സ്വകാര്യകോണിപ്പടികൾ അകത്തളത്തിലെ ഇടനാഴികകൾ എന്നിവിടങ്ങളിൽ ഞാനെത്തിയപ്പോൾ നിശ്ചയദാർഢ്യമെല്ലാം എന്നെ കൈവെടിഞ്ഞു. ഉദ്യോഗസ്ഥൻ അപ്പോഴും എന്നെ അനുഗമിച്ചിരുന്നു. പുരോഹിതൻ രണ്ടു മണിക്കൂർ നേരത്തേക്ക് എന്നെ വിട്ടുപോയി. ഒരു പക്ഷേ, പത്രം വായിക്കാനാവാം!

അനന്തരം എന്നെ ഗവർണ്ണറുടെ അടുത്തേക്കു കൊണ്ടുപോയി. ഉദ്യോഗസ്ഥൻ അദ്ദേഹത്തെയാണ് എന്നെ സംബന്ധിച്ച ചുമതലയേല്പ്പിച്ചത്. അവർ പരസ്പരം ആശയം കൈമാറി. ഒരു മിനുട്ടു കാത്തുനിൽക്കുവാൻ ഡയറക്ടർ ഉദ്യോഗസ്ഥനോടു പറഞ്ഞു. ബൈസെറ്റർ ജയിലിലേക്ക് തിരിച്ചുകൊണ്ടുപോകാൻ വാനിൽ ഇടുവാനായി ഏതോ "വേട്ട മൃഗം" അദ്ദേഹത്തിന് ഉണ്ടായിരുന്നു എന്നതിനാലാണത്. ഇന്ന് വധശിക്ഷയ്ക്കു വിധിക്കപ്പെട്ട ഒരാളായിരുന്നു അതെന്നതിൽ സംശയമില്ല. ഉപയോഗിച്ചു പഴകിയതാക്കാൻ എനിക്കു സമയം ലഭിക്കാതിരുന്ന പുല്ലുകെട്ടിന്മേൽ അയാളാണ് ഇന്നു രാത്രി ഉറങ്ങേണ്ടത്.

"ഓ വളരെ നല്ലത്," ഓഫീസർ ഗവർണ്ണറോടു പറഞ്ഞു, "ഞാൻ സന്തോഷപൂർവ്വം കാത്തിരിക്കാം. രണ്ടു കടലാസ്സിന്റെയും ജോലി നമുക്കൊരുമിച്ചാകാം. അത് വളരെ സൗകര്യപ്രദമായിരിക്കും."

ഗവർണ്ണറുടെ ഓഫീസിനു തൊട്ടടുത്തുള്ള ചെറിയൊരു മുറിയിൽ അവർ എന്നെ ആക്കി. എന്നെ തനിയെ മുറിയിൽ അടച്ചുപൂട്ടി അവർ സ്ഥലം വിട്ടു.

ഞാനെന്താണ് ചിന്തിച്ചുകൊണ്ടിരുന്നതെന്നോ അവിടെ എത്ര നേരമായി കിടക്കുന്നതെന്നോ എനിക്കറിയില്ലായിരുന്നു. പൊടുന്നനെ ഉച്ചത്തിലുള്ള ഒരു പൊട്ടിച്ചിരി എന്റെ മനോരാജ്യത്തെ ആട്ടിയകറ്റി.

ഞാൻ ഞെട്ടലോടെ കണ്ണുകളുയർത്തി. ജയിലറയിൽ ഞാൻ തനിച്ചായിരുന്നില്ല. എന്റെയരികിൽ ഒരാളുണ്ടായിരുന്നു. അയാൾക്ക് ഏകദേശം അമ്പത്തഞ്ചു വയസ്സ് പ്രായം; ശരാശരി വലിപ്പം; ചുക്കിച്ചുളിഞ്ഞ ശരീരം; കുനിഞ്ഞ ദേഹപ്രകൃതി; കഷണ്ടി; ചാരനിറമുള്ള കണ്ണുകളിൽ ദുരുപദിഷ്ടഭാവം; മുഖത്ത് കടുത്ത പുച്ഛഭാവം. അയാൾ വൃത്തികെട്ടവനും പകുതി വസ്ത്രധാരിയും മുഷിഞ്ഞ വേഷമണിഞ്ഞവനും വെളുപ്പുളവാക്കുന്നവനും ആയിരുന്നു.

ഏതാനും നിമിഷം ഞങ്ങൾ പരസ്പരം നേർക്കുനേരെ നോക്കി. അയാൾ തന്റെ തിക്തമായ ചിരി ഏറെ നേരം തുടർന്നപ്പോൾ, എനിക്ക് പകുതി അമ്പരപ്പും പകുതി സംഭ്രമവും അനുഭവപ്പെട്ടു.

"ആരാണ് നിങ്ങൾ?" ഒടുവിൽ ഞാനയാളോടു ചോദിച്ചു.

"ഇത് രസകരമായ ഒരു ചോദ്യമാണല്ലോ," അയാൾ പറഞ്ഞു. "ഞാനൊരു തുടക്കക്കാരൻ."

"ഒരു തുടക്കക്കാരൻ?" ഞാൻ ചോദിച്ചു. "എന്താണ് അതിന്റെ അർത്ഥം?"

ഈ ചോദ്യം അയാളുടെ ആഹ്ലാദം ഇരട്ടിപ്പിച്ചു.

"പറയാം." പൊട്ടിച്ചിരിക്കിടയിൽ അയാൾ പറഞ്ഞു.

"ഇവിടന്നങ്ങോട്ട് ആറാഴ്ചക്കുള്ളിൽ അവർ എന്റെ തല കൊണ്ടു കളിക്കാൻ പോകുന്ന അതേ കളി ആറു മണിക്കൂറിനകം തന്റെ തല കൊണ്ട് അവർ കളിക്കും എന്നതാണ് അതിന്നർത്ഥം. ഹാ! ഹാ! ഹാ! ഇപ്പോൾ തനിക്കു മനസ്സിലാകുന്നില്ലേ?"

സത്യത്തിൽ ഞാൻ വിളറിപ്പോയി. എന്റെ തലമുടി എഴുന്നേറ്റു നിന്നു. അപ്പോൾ, ഇതാണ് വധശിക്ഷയ്ക്കു വിധിക്കപ്പെട്ട മറ്റേ തടവുപുള്ളി. ഈയിടെ ശിക്ഷ വിധിക്കപ്പെട്ടവൻ. ബൈസെറ്ററിൽ അവർ പ്രതീക്ഷിച്ചിരുന്ന ആൾ. എന്റെ ജയിലറയുടെ അനന്തരാവകാശി.

അയാൾ തുടർന്നു: "സാരമില്ല! ഇതാ എന്റെ ചരിത്രം. ഞാനൊരു പ്രശസ്ത മോഷ്ടാവിന്റെ മകനാണ്. ഒരു ദിവസം അവർ

അദ്ദേഹത്തിന് 'ചണനാരുകൊണ്ടുണ്ടാക്കിയ ഒരു കഴുത്തുപട്ട' സമ്മാനമായി നൽകി. ഇത് വളരെ പരിതാപകരം തന്നെ. 'ദൈവാനുഗ്രഹത്താലുള്ള തൂക്കുമര ഭരണ' കാലത്തായിരുന്നു അത്. ആറാം വയസ്സിൽ എനിക്ക് അച്ഛനോ അമ്മയോ ഇല്ലാതായി. വേനൽക്കാലങ്ങളിൽ രാജവീഥിയിലെ പൊടിമണ്ണിൽ ഞാൻ കുട്ടിക്കരണം മറിയുമായിരുന്നു. അപ്പോൾ വാഹനങ്ങളിലെ യാത്രക്കാർ എനിക്കു പണമെറിഞ്ഞു തരും. ശൈത്യകാലത്ത് നഗ്നപാദനായി ചളിയിൽ, മുഷിഞ്ഞു കീറിയ വസ്ത്രത്തിൽ, ഊതനിറമാർന്ന കൈകൾ വീശി ഞാൻ നടക്കും. സഹതാപം പിടിച്ചുപറ്റുന്നതിനു വേണ്ടിയായിരുന്നു ഇത്. ഒമ്പതാമത്തെ വയസ്സിൽ ഞാനെന്റെ വിരലുകൾ ഉപയോഗിക്കാൻ തുടങ്ങി. ചിലപ്പോഴൊക്കെ ഞാൻ കീശയോ സഞ്ചിയോ കാലിയാക്കുമായിരുന്നു. പത്താമത്തെ വയസ്സിൽ ഞാനൊരു ചില്ലറ മോഷ്ടാവായി. പിന്നീട് ചില പരിചയക്കാരെ ഉണ്ടാക്കി. പതിനേഴാമത്തെ വയസ്സിൽ ഞാനൊരു മുഴു കള്ളനായിത്തീർന്നു. ഞാനൊരു കട കുത്തിത്തുറന്ന് പണപ്പെട്ടി കവർന്നു. എന്നെ പിടികൂടി ഗാലിയിലേക്കയച്ചു. അതെന്തൊരു കഷ്ടപ്പാടു നിറഞ്ഞ ജീവിതമായിരുന്നു! വെറും പലകമേൽ ഉറങ്ങുക; പച്ചവെള്ളം കുടിക്കുക; പഞ്ഞപ്പുല്ലപ്പം തിന്നുക; ഒരു പ്രയോജനവുമില്ലാത്ത കിറുക്കൻ വിലങ്ങ് വലിച്ചിഴക്കുക; സൂര്യാഘാതം; ചാട്ടവാറടി. പിന്നെ എല്ലാ തലകളും മൊട്ടയടിക്കപ്പെടുകയും ചെയ്യും. ചെസ്റ്റ്നട്ട് നിറമുള്ള നല്ല ഒന്നാന്തരം മുടിയായിരുന്നു എന്റേത്! സാരമില്ല! ഞാനെന്റെ ശിക്ഷാ കാലാവധി അനുഭവിച്ചു. പതിനഞ്ചു കൊല്ലം അതൊരാളെ പ്രശസ്തനാക്കുന്നു!"

"എനിക്കു മുപ്പത്തിരണ്ടു വയസ്സായിരുന്നു. ഒരു സുപ്രഭാതത്തിൽ അവരെനിക്ക് റോഡിന്റെ ഒരു മാപ്പും ഒരു പാസ്പോർട്ടും അറുപത്തിനാലു ഫ്രാങ്കുകളും തന്നു. ഗാലിയിൽ പതിനഞ്ചുകൊല്ലം കൊണ്ട് ഞാൻ സമ്പാദിച്ചതാണിത്. ദിവസത്തിൽ പതിനാറ് മണിക്കൂർ, മാസത്തിൽ മുപ്പതു ദിവസം, കൊല്ലത്തിൽ പന്ത്രണ്ടു മാസം ഞാൻ ജോലി ചെയ്തു. സാരമില്ല! എന്റെ അറുപത്തിനാലു ഫ്രാങ്കുകൊണ്ട് ഞാനൊരു സത്യസന്ധനായ മനുഷ്യനായി ജീവിക്കാനാഗ്രഹിച്ചു. ഒരു പുരോഹിതന്റെ ളോഹക്കിടയിൽ നിങ്ങൾ കണ്ടെത്തുന്നതിനേക്കാൾ ശ്രേഷ്ഠമായ വികാരവിചാരങ്ങൾ എന്റെ കീറി മുഷിഞ്ഞുനാറിയ വസ്ത്രത്തിന്നടിയിൽ ഉണ്ടായിരുന്നു. പ

ക്ഷേ, ആ പണ്ടാറമടങ്ങിയ പാസ്പോർട്ട്! മഞ്ഞ നിറത്തിലുള്ള അതിന്റെ മുകളിൽ 'സ്വതന്ത്രനാക്കപ്പെട്ട കുറ്റവാളി' എന്ന് അവർ എഴുതിയിരുന്നു. ഇത് എല്ലാ ഗ്രാമങ്ങളിലും കാണിച്ചു കൊടുക്കാൻ ഞാൻ ബാദ്ധ്യസ്ഥനായിരുന്നു. എനിക്ക് കടന്നുപോകാൻ ഉത്തരവു ലഭിച്ചിരുന്ന പട്ടണങ്ങളിലെ മേയർമാർക്ക് എല്ലാ ആഴ്ചയും ഞാൻ പാസ്പോർട്ട് സമർപ്പിക്കണമായിരുന്നു. എന്തൊരു നല്ല ശുപാർശ! ഒരു ഗാലി കുറ്റവാളി! ഞാൻ നാട്ടുകാരെയെല്ലാം വിരട്ടി. കൊച്ചു കുട്ടികൾ ഓടിയൊളിച്ചു. ജനങ്ങൾ വാതിൽ കുറ്റിയിട്ടു. ആരും എനിക്കു ജോലി തന്നില്ല. എന്റെ അറുപത്തിനാലു ഫ്രാങ്കിലെ അവസാന നാണയവും ഞാൻ ചെലവഴിച്ചു. പിന്നീട്-ഒരാൾക്ക് ജീവിക്കണമല്ലോ. പണിയെടുക്കാൻ യോഗ്യമായ കൈകൾ ഞാൻ കാണിച്ചു കൊടുത്തു. ജനം എനിക്കെതിരെ വാതിൽ കൊട്ടിയടച്ചു.

ഒരു ദിവസത്തിന് പതിനഞ്ച് സൗസ് വെച്ച് ജോലി ചെയ്യാൻ ഞാൻ തയ്യാറാണെന്ന് അറിയിച്ചു. പിന്നെയത് പത്ത് സൗസാക്കി; അഞ്ച് സൗസാക്കി! ആർക്കും എന്നെ വേണ്ട. എന്താണ് ചെയ്യാൻ കഴിയുക? ഒരു ദിവസം വിശപ്പു സഹിക്കാഞ്ഞ് ഒരു അപ്പക്കടയിൽ കൈ മുട്ടോളം കടത്തി ഒരു കഷ്ണം അപ്പം എടുത്തു. അപ്പക്കാരൻ എന്നെ പിടിച്ചു. ഞാൻ അപ്പം തിന്നില്ല. എന്നിട്ടും ജീവപര്യന്തം ജോലി ചെയ്യാൻ എന്നെ ശിക്ഷിച്ചു. എന്റെ തോളത്ത് മൂന്ന് അക്ഷരങ്ങൾ മുദ്രകുത്തി. നിങ്ങൾക്ക് വിരോധമില്ലെങ്കിൽ ഞാനതു കാണിച്ചു തരാം. ഇത്തരം നീതിയെ അവർ അധഃപതനത്തിലേക്കു മടങ്ങൽ എന്നാണു വിളിക്കുന്നത്. അങ്ങനെ ഇവിടെ ഞാനിതാ, മടക്കി അയയ്ക്കപ്പെട്ട ഒരു കുതിര. എന്നെ ടൗളനിലേക്കു തിരിച്ചു കൊണ്ടുവന്നു. ഇത്തവണ പച്ചത്തൊപ്പിക്കാർക്ക് (ജീവപര്യന്തം ഗാലി അടിമകൾ) ഇടയിലായിപ്പോയി. അതിനാൽ ഞാൻ രക്ഷപ്പെടാൻ തീരുമാനിച്ചു. എനിക്ക് മൂന്നു ചുമരുകൾ മാത്രമേ തുളയ്ക്കാനുണ്ടായിരുന്നുള്ളൂ; പൊട്ടിക്കാൻ രണ്ടു ചങ്ങലകൾ; എന്റെ കയ്യിൽ ഒരു ആണിയുണ്ടായിരുന്നു. ഞാൻ ജയിൽ ചാടി. അവർ അടയാള വെടിയുതിർത്തു. ഞങ്ങൾ കുറ്റവാളികൾ റോമിലെ കർദ്ദിനാളന്മാരെപ്പോലെ ചുവന്ന വസ്ത്രമാണ് ധരിക്കുക. അതിനാൽ ഞങ്ങൾ പുറപ്പെട്ടു പോകുമ്പോൾ അവർ വെടിയുണ്ടയുതിർക്കുന്നു! അവരുടെ വെടിമരുന്ന് പറവകളിലേക്കാണ് പോയത്! ഇത്തവണ മഞ്ഞ പാസ്പോർട്ടില്ല; പണവുമില്ല. ഞാൻ അയൽപക്കത്തെ ചില കൂട്ടു

കാരെ കണ്ടുമുട്ടി. അവരും ജയിൽ ശിക്ഷ അനുഭവിച്ചവരോ ചങ്ങ ല പൊട്ടിച്ചവരോ ആണ്. അവരുടെ തലവൻ എന്നെ സംഘത്തിൽ ചേർക്കാൻ നിർദ്ദേശം നൽകി. അവർ രാജവീഥികളിൽ കൊല നട ത്തി. ഞാനും അവരോടൊപ്പം ചേർന്നു. ജീവിക്കാൻ വേണ്ടി ഞാൻ കൊല്ലാൻ തുടങ്ങി. ചിലപ്പോൾ അത് തപാൽവണ്ടിയായിരുന്നു. ഇ നി ചിലപ്പോഴത് കുതിരപ്പുറത്തു സഞ്ചരിക്കുന്ന ആടുമാടു കച്ചവട ക്കാരനായിരിക്കും. ഞങ്ങൾ പണമെടുത്ത് കുതിരകളെ വിട്ടയക്കും. ജഡം മരത്തിന്നടിയിൽ കുഴിച്ചിടും. ജഡത്തിന്റെ പാദങ്ങൾ പുറ ത്തു പ്രത്യക്ഷപ്പെടാതിരിക്കാൻ പ്രത്യേകം ശ്രദ്ധ പതിപ്പിക്കും. പി ന്നീടു ഞങ്ങൾ ശവം കുഴിച്ചിട്ടതിനു മുകളിൽ നൃത്തമാടും. അങ്ങ നെയാവുമ്പോൾ ഭൂമി പുതുതായി കുഴിച്ചതാണെന്നു തോന്നുക യില്ല.

കുറ്റിക്കാടുകളിൽ ഒളിച്ചും വെളിപ്രദേശത്ത് ഉറങ്ങിയും വനാ ന്തരങ്ങൾ തോറും വേട്ടയാടിയും, ഇപ്രകാരം ജീവിച്ച് എനിക്കു വ യസ്സായി. എങ്കിലും ചുരുങ്ങിയ പക്ഷം ഞാൻ സ്വതന്ത്രനും എന്റെ തന്നെ യജമാനനും ആയിരുന്നു. എല്ലാറ്റിനും ഒരവസാനമുണ്ട്. അ ങ്ങനെ ശേഷിച്ച എല്ലാറ്റിനെപ്പോലെത്തന്നെ ഇതും. പോലീസുകാർ ഒരു രാത്രി ഞങ്ങളുടെ സൂത്രം കണ്ടുപിടിച്ചു. എന്റെ കൂട്ടുകാർ ര ക്ഷപ്പെട്ടു. പക്ഷേ, കൂട്ടത്തിൽ ഏറ്റവും പ്രായം കൂടിയ ഞാൻ മു ക്കോൺ തൊപ്പി ധരിച്ച ഈ പൂച്ചകളുടെ കാൽനഖത്തിന്നടിയിൽ പെട്ടു. അവരെന്നെ ഇങ്ങോട്ടു കൊണ്ടുവന്നു. ഒന്നൊഴികെ നീതി യുടെ എല്ലാ കോണിപ്പടികളും ഞാൻ കയറിയിറങ്ങിക്കഴിഞ്ഞിരു ന്നു. ഇപ്പോൾ ഞാനൊരു തൂവാല മോഷ്ടിച്ചാലും ഒരു ജീവനെടു ത്താലും എല്ലാം എനിക്ക് ഒരുപോലെയാണ്. ഇനി 'അധഃപതന ത്തിലേക്കു മടങ്ങിപ്പോകൽ' ഒരാളിലേക്കു മാത്രമാണ്-ആരാച്ചാർ. എന്റെ ബിസിനസ് ചുരുങ്ങിയ കാലത്തേക്കായിരുന്നു. ഞാൻ പറ യുന്നത് വിശ്വസിക്കൂ. ഞാൻ വൃദ്ധനും ഒന്നിനും പറ്റാത്തവനും ആ കാൻ തുടങ്ങി. എന്റെ അച്ഛൻ വിധവയെ വിവാഹം കഴിച്ചു (തൂക്കി ലേറ്റപ്പെട്ടു.); ഞാൻ മോണ്ട്-എ-റിഗ്രറ്റിലെ സന്ന്യാസി ആശ്രമത്തി ലേക്ക് വിശ്രമ ജീവിതം നയിക്കാൻ (ഗില്ലറ്റിൻ) പോവുകയാണ്. ഇ ത്രമാത്രം സഖാവേ!

അയാൾ തന്റെ കഥ പറയുന്ന സമയത്ത് ഞാൻ അന്തം വിട്ടി രുന്നുപോയി. അയാൾ തുടക്കത്തിലേതിനെക്കാൾ ഉച്ചത്തിൽ ചി

രിക്കാൻ തുടങ്ങി. എന്റെ കൈ ഗ്രസിക്കാനും ശ്രമിച്ചു. ഞാൻ ഭയപ്പാടോടെ കൈ പിൻവലിച്ചു.

“സുഹൃത്തേ,” അയാൾ ഉച്ചത്തിൽ വിളിച്ചു, “നിങ്ങൾ ഉല്ലാസവാനായി കാണപ്പെടുന്നില്ല. കഴുമത്തിൽ വിഡ്ഢിത്തം കാണിക്കരുത്. മനസ്സിലാകുന്നുണ്ടോ? കഴുമരത്തിൽ ചീത്തയായി ഒരു നിമിഷം കളയാനില്ല. അത് വളരെ വേഗത്തിലാണ് ചെയ്യപ്പെടുന്നത്. അതിന്റെ നടപടി കാണിച്ചുതരാൻ ഞാനവിടെ ഉണ്ടായിരിക്കണമെന്ന് ആഗ്രഹിക്കുന്നു! ഇന്ന് നിങ്ങളോടൊപ്പം അവർ എന്നെ അവസാനിപ്പിക്കുകയാണെങ്കിൽ, യാചിക്കാതിരിക്കാനുള്ള വലിയൊരു മനസ്സ് എനിക്കുണ്ട്. ഒരേ പുരോഹിതൻ തന്നെ നമുക്കു രണ്ടുപേർക്കും പ്രാർത്ഥന ചൊല്ലിത്തരും. ഇപ്പോൾ മനസ്സിലായില്ലേ ഞാനൊരു നല്ല ചങ്ങായിയാണെന്ന്, ങേ? ഞാൻ ചോദിക്കട്ടെ, നമുക്ക് സുഹൃത്തുക്കളായിക്കൂടേ?”

അയാൾ ഒരു ചുവടു കൂടി എന്റെ അരികിലേക്ക് മുന്നോട്ടു വെച്ചു.

“സർ” അയാളിൽ നിന്ന് അകന്നുകൊണ്ട് ഞാൻ പറഞ്ഞു. “ഞാനതു തിരസ്ക്കരിക്കുന്നു.”

എന്റെ മറുപടി കേട്ടപ്പോൾ അയാൾ വീണ്ടും പൊട്ടിച്ചിരിച്ചു.

“ഹാ,ഹാ, ഹാ! സാർ, നിങ്ങളൊരു പ്രഭു ആയിരിക്കണമല്ലോ.”

ഞാൻ ഇടയിൽ കയറിപ്പറഞ്ഞു: “എന്റെ സുഹൃത്തേ, എനിക്ക് സ്വസ്ഥത വേണം. എന്നെ എന്റെ പാട്ടിനു വിടൂ.”

എന്റെ സ്വരത്തിന്റെ ഗൗരവം അയാളെ തൽക്ഷണം ചിന്താധീനനാക്കി. അയാൾ തന്റെ നരച്ച ഏതാണ്ട് മുഴുക്കഷണ്ടിയായ തല കുലുക്കി. പല്ലുകടിച്ചുകൊണ്ട് അയാൾ പിറുപിറുക്കുകയും ചെയ്തുകൊണ്ടിരുന്നു. “ഇപ്പോഴെനിക്കു മനസ്സിലാകുന്നു-ആ പുരോഹിതൻ!”

ഏതാനും മിനുട്ടുനേരത്തെ മൗനത്തിനു ശേഷം ഏറെക്കുറെ ഭീരുത്വത്തോടെ അയാൾ എന്നോടു പറഞ്ഞു:

“സർ, നിങ്ങളൊരു പ്രഭുവാണ്. അതെല്ലാം നല്ലതുതന്നെ. നിങ്ങൾ വളരെ നല്ല വലിയൊരു മേൽക്കുപ്പായമാണല്ലോ ധരിച്ചിരിക്കുന്നത്. ഇതു നിങ്ങൾക്ക് മേലിൽ അധികമൊന്നും ഉപകരിക്കുക

യില്ല. ആരാച്ചാരാണ് അതെടുക്കുക. അതെനിക്കു തരൂ. ഞാനത് പുകയിലക്കുവേണ്ടി വിൽക്കും."

ഞാനെന്റെ വലിയ മേൽക്കുപ്പായം അഴിച്ചെടുത്ത് അയാൾക്കു കൊടുത്തു. ബാലിശമായ ആഹ്ലാദത്തോടെ അയാൾ കയ്യടിക്കാൻ തുടങ്ങി. എന്നിട്ട് എന്റെ കുപ്പായക്കയ്യിന്മേൽ നോക്കി. ഞാൻ വിറയ്ക്കുന്നുണ്ടെന്നു കണ്ട് അയാൾ പറഞ്ഞു: "നിങ്ങൾ കുളിരുകോരുന്നുണ്ടല്ലോ, സർ. ഇതു ധരിക്കൂ. മഴ പെയ്യുന്നുണ്ട്. നിങ്ങൾ മഴ നനയും. മാത്രമല്ല, വണ്ടിയിൽ അന്തസ്സോടെ പോകേണ്ടതുമുണ്ട്!"

ഇതു പറഞ്ഞു കൊണ്ടിരുന്നപ്പോൾ അയാൾ തന്റെ നരച്ച പരുക്കൻ കമ്പിളി ജാക്കറ്റ് അഴിച്ചെടുത്ത്, എന്റെ കൈകൾ അതിലേക്കിട്ടു. അബോധാവസ്ഥയിൽ എന്ന പോലെ ഞാനയാളെ അതിന് അനുവദിച്ചു. എന്നിട്ട് ഞാൻ ചുമരിൽ ചാരി. ഈ മനുഷ്യൻ എന്നിൽ ചെലുത്തിയ സ്വാധീനം എനിക്കു വിവരിക്കാൻ കഴിയുകയില്ല. ഞാൻ കൊടുത്ത മേൽക്കുപ്പായം അയാൾ പരിശോധിച്ചുകൊണ്ടിരുന്നു. ഓരോ നിമിഷവും ആഹ്ലാദത്തിന്റേതായ ആശ്ചര്യവാക്കുകൾ ഉരുവിട്ടുകൊണ്ടിരിക്കുകയും ചെയ്തിരുന്നു. "കീശകൾ തീർത്തും പുതിയതാണ്! കോളർ ഒട്ടും തേഞ്ഞിട്ടില്ല! ഇതിന് ചുരുങ്ങിയത് പതിനഞ്ച് ഫ്രാങ്ക് കിട്ടും. എന്തൊരു ഭാഗ്യം! ആറാഴ്ചയും എനിക്കു പുകവലിക്കാം."

വാതിൽ വീണ്ടും തുറന്നു. വധശിക്ഷയ്ക്കു വിധിക്കപ്പെട്ടവർ. വധശിക്ഷ നടപ്പാക്കിക്കിട്ടുന്നതിനുവേണ്ടി അവസാനമായി കാത്തിരിക്കുന്ന മുറിയിലേക്ക് എന്നെ കൊണ്ടുപോകാനായി അവർ വന്നു. ബൈസെറ്ററിലേക്ക് മറ്റു തടവുപുള്ളികളെ കൊണ്ടുപോകാൻ കാവൽക്കാരനും വന്നിരുന്നു. വയസ്സൻ കുറ്റവാളി ചിരിച്ചുകൊണ്ട് അവർക്കിടയിൽ ഇരുന്ന് ഭടന്മാരോടു പറഞ്ഞു:

"ഞാൻ പറയുന്നു, ഒരബദ്ധവും വരുത്തരുത്! ഞങ്ങൾ കുപ്പായങ്ങൾ പരസ്പരം മാറ്റിയിട്ടുണ്ട്, ഈ മാന്യനും ഞാനും. അയാളുടെ സ്ഥാനത്ത് എന്നെ തെറ്റിദ്ധരിക്കരുത്. അതെനിക്ക് തീരെ യോജിക്കുകയില്ല. ഇനിയെനിക്ക് ആറ് ആഴ്ചത്തേക്ക് പുകയില ഉണ്ടാകും!"

ഇരുപത്തിമൂന്ന്

ആ കള്ള വയസ്സൻ തെമ്മാടി! എന്റെ വലിയ മേൽക്കുപ്പായം അയാൾ എന്നിൽ നിന്ന് എടുത്തതാണ്. ഞാനയാൾക്ക് കൊടുത്ത തല്ല. എന്നിട്ട് അയാൾ എനിക്കു തന്നത് ഈ പഴന്തുണിയാണ്. അയാളുടെ നാറുന്ന ജാക്കറ്റ്. എന്നെ ആരുടെ അടുത്തേക്കാണ് കൊണ്ടുപോകുന്നത്?

ഉദാസീനത മൂലമോ ദാനശീലം മൂലമോ അല്ല എന്റെ മേൽക്കുപ്പായം എടുക്കാൻ ഞാനയാളെ അനുവദിച്ചത്. അയാൾ എന്നേക്കാൾ കരുത്തനായിരുന്നു എന്നതാണ് കാരണം! ഞാനത് നിരസിച്ചിരുന്നുവെങ്കിൽ ആ പരുക്കൻ പെരുങ്കൈകൾ കൊണ്ട് അയാളെന്നെ മർദ്ദിക്കുമായിരുന്നു. ദാനം, മണ്ണാങ്കട്ട! എന്റെ മനംനിറയെ ദുർവിചാരങ്ങളായിരുന്നു. എന്റെ സ്വന്തം കൈകൾകൊണ്ട് ഞാനയാളെ കഴുത്തുഞെരിച്ചു കൊല്ലുമായിരുന്നു. വയസ്സൻ പെരുങ്കള്ളൻ! കാലിന്നടിയിലിട്ട് ചവിട്ടിയരക്കുമായിരുന്നു.

എന്റെ ഹൃദയം നിറയെ ക്രോധവും പകയും അനുഭവപ്പെടുന്നു. എന്റെ പ്രകൃതം കൊടുംപകയായി മാറിയിരിക്കുന്നു. ദാരുണമായ മരണത്തിന്റെ സമീപനം ഒരുവനെ ക്രൂരനാക്കിത്തീർക്കുന്നു.

ഇരുപത്തിനാല്

അവരെന്നെ ഒരൊഴിഞ്ഞ ജയിലറയിലേക്കു കൊണ്ടുവന്നു. ഒരു മേശ, ഒരു കസേര, എഴുത്തുപകരണങ്ങൾ എന്നിവ ഞാൻ ആവശ്യപ്പെട്ടു. ഇവയെല്ലാം കൊണ്ടുവന്നപ്പോൾ ഒരു കിടക്ക വേണമെന്ന് ഞാൻ പറഞ്ഞു. കാവല്ക്കാരൻ എന്നെ ആശ്ചര്യത്തോടെ നോക്കി. അയാൾ മനസ്സിൽ ഇപ്രകാരം പറയുന്നതായി തോന്നി; “എന്തായിരിക്കും ഇതിന്റെ ഉപയോഗം?” എങ്കിലും അവർ മൂലയിൽ പുല്ലു കൊണ്ടുള്ള ഒരു താൽക്കാലിക കിടക്ക ഉണ്ടാക്കി. എന്നാൽ അതേ സമയം ഉറക്കറ എന്നു വിശേഷിപ്പിക്കാവുന്ന എന്റെ അറയിൽ ഒരു ഭടൻ വന്ന് കാവൽക്കാരനായി നിന്നു. കിടക്ക ഉപയോഗിച്ച് കഴുത്തു ഞെരിച്ചു ശ്വാസം മുട്ടിച്ച് ഞാൻ ആത്മഹത്യചെയ്യുമെന്ന് അവർ ഭയപ്പെടുന്നുണ്ടോ?

ഇരുപത്തിയഞ്ച്

പത്തുമണി

ഓ, എന്റെ പാവം പിഞ്ചുമോൾ! ആറുമണിക്കൂറുകൾ കഴിഞ്ഞാൽ നിന്റെ അച്ഛൻ മരിച്ചിരിക്കും-പഠന മുറികളിലെ മേശകളിലേക്ക് വലിച്ചിഴക്കപ്പെടാനുള്ള ഒന്ന്. തല ഒരു സംഘത്തിന് ഇട്ടുകൊടുക്കും. ഉടൽ മറ്റൊരു സംഘം കീറി മുറിക്കും. പിന്നീട് എല്ലാം കൂടി ഒരു ശവവണ്ടിയിലേക്കെറിഞ്ഞ്, കൊടുപാപികൾക്കുള്ള ശ്മശാനത്തിൽ കുഴിച്ചിടും. നിന്റെ അച്ഛനെ അവർ ഇതാണ് ചെയ്യാൻ പോകുന്നത്. എന്നിട്ടും ആരും എന്നെ വെറുക്കുന്നില്ല. എല്ലാവരും സഹതാപം ചൊരിയുകയാണു ചെയ്യുന്നത്! എല്ലാവർക്കും എന്നെ രക്ഷിക്കാൻ കഴിയുമത്രേ! അവരെന്നെ കൊല്ലാൻ പോവുകയാണു, മേരി; നിർവ്വികാരമായാണ് കൊല്ലുന്നത്-പൊതു നന്മയ്ക്കു വേണ്ടിയുള്ള ഒരു ചടങ്ങ്. പാവം പൊന്നുമോൾ! നിന്നെ അത്രമേൽ സ്നേഹിച്ച നിന്റെ അച്ഛൻ! നിന്റെ വെണ്മയാർന്ന കുഞ്ഞു കഴുത്തിൽ ഉമ്മവെച്ച നിന്റെ അച്ഛൻ; നിന്റെ പട്ടുതലമുടിച്ചുരുളുകളിലൂടെ വാത്സല്യാതിരേകത്തോടെ വിരലോടിച്ച നിന്റെ അച്ഛൻ; ദൈവത്തിനോടു പ്രാർത്ഥിക്കാൻ എല്ലാ സന്ധ്യയിലും നിന്റെ കൊച്ചുകരങ്ങൾ ചേർത്തുവെപ്പിച്ച നിന്റെ അച്ഛൻ!

ഭാവിയിൽ നിനക്കുവേണ്ടി ആരാണ് ഇനി ഇതൊക്കെ ചെയ്യുക? ആരാണ് ഇനി നിന്നെ സ്നേഹിക്കുക? എന്റെ പൊന്നുമോളെ, എന്റെ സമ്മാനങ്ങൾക്കും മനോഹരമായ കളിപ്പാട്ടങ്ങൾക്കും ചുംബനങ്ങൾക്കും വേണ്ടി നീ എന്താണു ചെയ്യുക?

ചന്തമാർന്ന എന്റെ കുഞ്ഞുമേരീ, ജൂറിമാർ നിന്നെ കണ്ടിരുന്നുവെങ്കിൽ, മൂന്നു വയസ്സുകാരിയായ ഒരു കുട്ടിയുടെ പിതാവിനെ കൊല്ലുന്നത് തെറ്റാണെന്ന് അവർ മനസ്സിലാക്കുമായിരുന്നു.

വളർന്നു വലുതാകുമ്പോൾ അവൾക്കെന്തു സംഭവിക്കും? അവളുടെ അച്ഛൻ പാരീസിന്റെ നാണക്കേടുകളിൽ ഒന്നായിരിക്കും. എന്റെ പേരു കേൾക്കുമ്പോൾ അവൾ എന്നെച്ചൊല്ലി നാണിക്കും. തന്റെ ഹൃദയത്തിലെ എല്ലാ ലാളനകളോടെയും മകളെ സ്നേഹിച്ച അച്ഛന്റെ പേരിൽ അവളെ എല്ലാവരും പുച്ഛിക്കും, തിരസ്ക്കരിക്കും, അധിക്ഷേപിക്കും. ഞാൻ അതിരറ്റ് സ്നേഹിച്ച എന്റെ കുഞ്ഞുമേരീ! ഞാൻ മൂലമുണ്ടാകുന്ന നാണക്കേടും വിഹ്വലതയും

നീ നേരിടുമെന്നത് സത്യമാകാൻ കഴിയുമോ?

ഓ! ഈ ദിനാന്ത്യത്തിനു മുമ്പ് ഞാൻ മരിക്കുമെന്നത് സത്യമാകുമോ? അകലെ നിന്ന് ഞാൻ കേൾക്കുന്ന ആർപ്പുവിളികൾ, പാതാറുകളിലേക്ക് ഇപ്പോഴേ തിരക്കിട്ടു വന്നുകൊണ്ടിരിക്കുന്ന ആവേശഭരിതരായ ആ കാഴ്ചക്കാരുടെ കൂട്ടം, തങ്ങളുടെ ബാറക്സുകളിൽ തയ്യാറെടുത്തുകൊണ്ടിരിക്കുന്ന ഭടന്മാർ-ഇവയെല്ലാം എനിക്കു വേണ്ടിയാണോ? ഞാൻ-സ്വയം മരിക്കാൻ പോവുകയാണോ? ജീവിക്കുന്ന, ചലിക്കുന്ന, ശ്വസിക്കുന്ന ഇവിടെയുള്ള ഈ യഥാർത്ഥസ്വത്വം-ഞാൻ സ്പർശിക്കുകയും എനിക്ക് തിരിച്ചറിയാൻ കഴിയുകയും ചെയ്യുന്ന ഈ സ്വത്വം.

ഇരുപത്തിയാറ്

അതെങ്ങനെയാണ് പണിതിരിക്കുന്നതെന്നും അതിന്മേൽ ഒരാൾ എങ്ങനെയാണ് മരിക്കുന്നതെന്നും ഞാൻ അറിയുകയെങ്കിലും ചെയ്തിരുന്നുവെങ്കിൽ. എന്നാൽ എനിക്കിത് അറിയില്ല എന്നത് ഭീകരം തന്നെ.

അതിന്റെ പേരു കേൾക്കുന്നതുതന്നെ ഭയാനകമാണ്. അതെഴുതാനും അതുച്ചരിക്കാനും അത്രത്തോളം ശേഷി എനിക്കുണ്ടായത് എങ്ങനെയെന്ന് മനസ്സിലാക്കാൻ കഴിയുന്നില്ല. ഈ വെറുക്കപ്പെട്ട പേരിനോട് ഞാൻ പുലർത്തുന്ന ചിന്ത അവ്യക്തവും അനിർവ്വചനീയവുമാണ്. അതിനാൽ കൂടുതൽ ദുരുപദിഷ്ടവുമാണ്. അതിന്റെ ബീഭത്സമായ കഴുമരം ഞാനെന്റെ മനസ്സിൽ നിർമ്മിക്കുകയും തകർക്കുകയും ചെയ്യുന്നു.

അതിനെക്കുറിച്ച് ഒരു ചോദ്യം ഉന്നയിക്കാൻ ഞാൻ ധൈര്യപ്പെടുന്നില്ല. എങ്കിലും അതെന്താണെന്നും എങ്ങനെ പ്രവർത്തിക്കുന്നുവെന്നും അറിയാതിരിക്കുന്നത് ഭയാനകമാണ്. ഒരു തരം നിമ്ന ഭാഗമുണ്ടെന്നും നിങ്ങളെ കമിഴ്ത്തിയാണ് കിടത്തിയിരിക്കുന്നതെന്നും ഞാൻ വിഭാവനം ചെയ്യുന്നു. പിന്നെ-

ങ്ഹാ, എന്റെ തല വീഴുന്നതിനു മുമ്പേ തലമുടി നരച്ചിരിക്കും!

ഇരുപത്തിയേഴ്

ഒരിക്കൽ എനിക്ക് അതിനെ സംബന്ധിച്ച് ഒരു വിഹഗ വീക്ഷണം ലഭിച്ചു. ഒരു ദിവസം കാലത്ത് ഏകദേശം പതിനൊന്നു മണിക്ക് ഒരു വാഹനത്തിൽ ഗ്രീവേ വഴി കടന്നുപോവുകയായിരുന്നു ഞാൻ. അപ്പോൾ ഒരു ജനക്കൂട്ടം ഞങ്ങളുടെ യാത്ര തടസ്സപ്പെടുത്തി. ഞാൻ ജാലകത്തിലൂടെ പുറത്തേക്കു നോക്കി. സ്ത്രീകളും പുരുഷന്മാരും കുട്ടികളും അടങ്ങുന്ന വലിയൊരു ജനക്കൂട്ടം സ്ഥലത്തും അയൽപക്കത്തെ തെരുവോരങ്ങളിലും തിക്കിത്തിരക്കി നിറഞ്ഞു നിന്നിരുന്നു. ജനക്കൂട്ടത്തിനു മുകളിൽ, മൂന്നു പേർ പണിതുകൊണ്ടിരുന്ന ചുവന്ന മരത്തിന്റെ ഒരു തരം ചട്ടക്കൂട് ഞാൻ കണ്ടു. ഞാൻ വെറുപ്പോടെ തല തിരിച്ചു. വാഹനത്തിന്നടുത്തു നിന്നിരുന്ന ഒരു സ്ത്രീ ഒരു കുട്ടിയോടു പറയുന്നതു കേട്ടു: "ഇതാ നോക്കൂ! കോടാലി മോശമായാണ് വഴുതിനീങ്ങുന്നത്. മെഴുകുതിരിയറ്റം കൊണ്ട് അവരതിനെ വഴുപ്പുള്ളതാക്കാൻ പോവുകയാണ്."

ഇതുതന്നെയായിരിക്കും അവരിപ്പോഴും ചെയ്തുകൊണ്ടിരിക്കുന്നത്. പതിനൊന്നുമണി ഇതാ അടിച്ചു കഴിഞ്ഞു. സംശയമില്ല, അവർ മഴുവിനെ വഴുപ്പുള്ളതാക്കിക്കൊണ്ടിരിക്കുകയാണ്.

ഓ, ഹതഭാഗ്യനായ ജീവി! ഇത്തവണ ഞാൻ പിന്തിരിയില്ല, എന്റെ തല.

ഇരുപത്തിയെട്ട്

ഓ, ഒരു മാപ്പിനുവേണ്ടി! എന്റെ മരണശിക്ഷ താമസിപ്പിക്കലിനുവേണ്ടി! ഒരുപക്ഷേ, എനിക്കു മാപ്പു ലഭിച്ചേക്കാം. രാജാവിന് എന്നോട് ഇഷ്ടക്കേടില്ല. എനിക്കെന്റെ വക്കീലിനെ കാണണം! അദ്ദേഹം പറഞ്ഞത് ശരിയായിരുന്നു. ഞാൻ ഗാലി ശിക്ഷയാണ് തിരഞ്ഞെടുക്കേണ്ടത്. ഗാലിയിൽ അഞ്ചുവർഷം-അല്ല ഇരുപതു വർഷം. അതുമല്ലെങ്കിൽ ഗാലിയിൽ ജീവപര്യന്തം. അതെ, എന്നിട്ട് അക്ഷരങ്ങൾ കൊണ്ട് മുദ്ര കുത്തുക! എങ്കിലും ഇതെന്റെ ജീവിതത്തിന്റെ മരണശിക്ഷ താമസിപ്പിക്കാൻ അനുവാദം നൽകും! ഒരു ഗാലി അടിമയ്ക്ക് ചലിക്കാനും വരാനും പോകാനും സൂര്യപ്രകാശം കാണാനും കഴിയും.

ഓ! എനിക്കെന്റെ വക്കീലിനെ കാണണം; എന്റെ ശിക്ഷയിൽ ഇളവു വരുത്തുന്നതിന്ന് സമ്മർദ്ദം ചെലുത്താൻ ഏതെങ്കിലും പുതിയ ദയാഹരജി അദ്ദേഹം കണ്ടെത്തും.

അദ്ദേഹത്തിന്റെ വാചോവിലാസത്തിന്റെ എല്ലാ വാദമുഖങ്ങളും പരാജയപ്പെടുകയും ഉത്തരം മുട്ടിക്കുന്ന തരത്തിൽ ഖണ്ഡിക്കുകയും ചെയ്ത സ്ഥിതിയ്ക്ക് എനിക്കിപ്രകാരം എങ്ങനെ എഴുതാൻ കഴിയും!

ഇരുത്തിയൊമ്പത്

പുരോഹിതൻ തിരിച്ചെത്തി. അദ്ദേഹത്തിന്റേത് നരച്ച തലമുടിയാണ്. വളരെ സൗമ്യമായ പ്രകൃതം; നല്ല, മാന്യമായ മുഖഭാവം! കൃപാലുവുമാണ്. തടവുപുള്ളികളുടെ കൈകളിലേക്ക് തന്റെ പഴ്സിൽ നിന്ന് അദ്ദേഹം പണമിടുന്നത് ഇന്നു രാവിലെ ഞാൻ കണ്ടു. പിന്നെ എന്തുകൊണ്ടാണ് അദ്ദേഹത്തിന്റെ ശബ്ദം എന്നിൽ മനോവികാരം ഉളവാക്കാതിരുന്നത്? എന്തുകൊണ്ടാണ് തന്റെ ആശയം അദ്ദേഹത്തിൽ തന്നെ സ്വാധീനം ചെലുത്താത്തതായി കാണപ്പെടുന്നത്? എന്റെ ബുദ്ധിയെയോ ഹൃദയത്തെയോ കീഴടക്കത്തക്ക എന്തെങ്കിലും അദ്ദേഹം ഇത്രയായിട്ടും പറയാതിരുന്നത് എന്തുകൊണ്ട്?

ഇന്നു രാവിലെ ഞാൻ അമ്പരന്നു പോയി. അദ്ദേഹം പറഞ്ഞത് ഞാൻ കഷ്ടിച്ചേ കേട്ടുള്ളൂ. അദ്ദേഹത്തിന്റെ വാക്കുകൾ എനിക്ക് ഉപയോഗശൂന്യമായി തോന്നി. ഞാന് ഉദാസീനനായി നിലകൊണ്ടു. എന്റെ ജയിലറയുടെ ജനൽപാളികളുടെ പുറത്തുള്ള മഴത്തുള്ളികൾ പോലെ ആ വാക്കുകൾ ഒലിച്ചിറങ്ങിപ്പോയി.

എന്നിരുന്നാലും എന്റെ മുറിയിലേക്ക് അദ്ദേഹമിപ്പോൾ വന്നപ്പോൾ ആ സാന്നിദ്ധ്യം എനിക്കു ഗുണം ചെയ്തു. സർവ്വ മനുഷ്യരാശിക്കുമിടയിൽ എനിക്കിപ്പോഴും ഒരു സഹോദരനായിട്ടുള്ളത് അദ്ദേഹം മാത്രമാണ്, ഞാൻ ചിന്തിച്ചു. നന്മയ്ക്കും സാന്ത്വനവചനങ്ങൾക്കും വേണ്ടി തീവ്രമായ ഒരു ദാഹം എനിക്കനുഭവപ്പെട്ടു.

അദ്ദേഹം കസേരമേലും ഞാൻ കിടക്കമേലും ഇരുന്നപ്പോൾ അദ്ദേഹം എന്നെ സംബോധന ചെയ്തു: "മകനേ-"

ഈ വാക്ക് എന്റെ ഹൃദയം തുറപ്പിച്ചു. അദ്ദേഹം തുടർന്നു:

"മകനേ നീ ദൈവത്തിൽ വിശ്വസിക്കുന്നുണ്ടോ?"

"ഓ, ഉണ്ടല്ലോ, അച്ചോ!" ഞാൻ മറുപടി പറഞ്ഞു.

"പരിശുദ്ധമായ കത്തോലിക്കൻ അപ്പോസ്തലിക റോമൻ സഭയിൽ നീ വിശ്വസിക്കുന്നുണ്ടോ?"

"ഹൃദയപൂർവ്വം," ഞാൻ പറഞ്ഞു.

"മകനേ, നിനക്ക് സംശയത്തിന്റേതായ ഒരു ലാഞ്ഛനയുണ്ട്," അദ്ദേഹം പ്രതിവചിച്ചു.

പിന്നെ അദ്ദേഹം ഒരു പ്രഭാഷണത്തിനൊരുമ്പെട്ടു. അദ്ദേഹം ദീർഘനേരം സംസാരിച്ചു. ധാരാളം വാക്കുകൾ ഉച്ചരിച്ചു. പിന്നീട് സംസാരം അവസാനിച്ചപ്പോൾ എഴുന്നേറ്റു. തന്റെ പ്രഭാഷണത്തിന്റെ തുടക്കം മുതൽ ഇതാദ്യമായി അദ്ദേഹം എന്റെ മുഖത്ത് ഒന്നു നോക്കി. എന്നിട്ടു ചോദിച്ചു: "സുഖമാണോ?"

ആദ്യമൊക്കെ അദ്ദേഹത്തെ അതീവതാല്പര്യത്തോടെയാണ് ഞാൻ ശ്രദ്ധിച്ചത്; പിന്നീട് ശ്രദ്ധയോടെ; തുടർന്ന് പരിഗണനാപൂർവ്വം മാത്രം എന്ന് ഞാൻ തുറന്നു സമ്മതിക്കുന്നു.

ഞാനും എഴുന്നേറ്റുകൊണ്ട് പറഞ്ഞു: "സർ, എന്നെ കുറച്ചു നേരത്തേക്ക് തനിയെ വിടൂ. ഞാൻ അങ്ങയോടു യാചിക്കുന്നു."

അദ്ദേഹം ആരാഞ്ഞു: "ഞാനെപ്പോൾ തിരിച്ചെത്തണം?"

"ഞാൻ അറിയിക്കാം, സർ."

അദ്ദേഹം നിശ്ശബ്ദമായി പിൻവലിഞ്ഞു. എന്നാൽ ഉള്ളിൽ അത്ഭുതം കൂറിയിട്ടെന്നപോലെ അദ്ദേഹം തലയാട്ടി: "അവിശ്വാസി."

അല്ല! പതിതനാണെങ്കിലും ഞാൻ അവിശ്വാസിയല്ല. അവനിൽ ഞാൻ വിശ്വസിക്കുന്നുണ്ട് എന്നതിന് ദൈവം തന്നെയാണ് സാക്ഷി. പക്ഷേ, ആ വയോധികൻ എന്നെ സംബോധന ചെയ്തത് എങ്ങനെയാണ്? വികാരം കൊള്ളാൻ ഒന്നുമില്ല; എന്നെ ബാധിക്കാൻ ഒന്നുമില്ല; കണ്ണീരൊഴുക്കാൻ ഒന്നുമില്ല; എന്റെ ഹൃദയത്തിലേക്കു പ്രവേശിക്കാൻ അദ്ദേഹത്തിന്റെ ഹൃദയത്തിൽ നിന്ന് ഒന്നും ഉറവയെടുക്കുന്നില്ല-അദ്ദേഹം എന്നെ അഭിസംബോധന ചെയ്ത ഒന്നും തന്നെ.

നേരെമറിച്ച്, അവ്യക്തവും കരുത്തോടെ പറയാത്തതും വി

ശേഷാൽ ഏതു സന്ദർഭത്തിനും ബാധകമായതും എന്നാൽ ആർക്കും ബാധകമാകാത്തതുമായ എന്തോ ചിലത് ഉണ്ടായിരുന്നു: അഗാധതയുണ്ടാകേണ്ടിടത്ത് ഊന്നിപ്പറയുക; ലളിതമാകേണ്ടിടത്ത് പരത്തിപ്പറയുക; വൈകാരികമായ മതപ്രഭാഷണത്തിന്റെയും മതസിദ്ധാന്തപരമായ വിലാപകാവ്യത്തിന്റെയും ഒരു സങ്കലനം കൂടെക്കൂടെ ലാറ്റിനിൽ നിന്നുള്ള ഒരു ഉദ്ധരണി; അങ്ങുമിങ്ങും അഗസ്റ്റിൻ പുണ്യവാളന്റെയും ഗ്രിഗറി പുണ്യവാളന്റെയും കലണ്ടറിലെ മറ്റുള്ളവരുടെയും പേരുകൾ. പണ്ടേ ഇരുപതു തവണ ആവർത്തിച്ചിരുന്ന ഒരു പാഠം ഉടനീളം ഉരുവിടുന്ന ഒരു ശീലം അദ്ദേഹത്തിനുണ്ടായിരുന്നു. ഏറെക്കുറെ വിസ്മൃതിയിലാണ്ടു കിടന്നിരുന്ന ഒരു പ്രമേയത്തെക്കുറിച്ച് വളരെ നന്നായി അറിയുന്നപോലെ സംസാരിക്കുന്നതായി തോന്നും. എന്നാൽ തലപരനായിരുന്നു എന്നു തോന്നിക്കാൻ അദ്ദേഹത്തിന്റെ കണ്ണുകളിൽ ഒരു ഭാവവും ഉണ്ടാവുകയില്ല; സ്വരത്തിൽ ശബ്ദക്രമീകരണവും ഉണ്ടാവില്ല!

അതിന് എങ്ങനെയാണ് മറ്റു പ്രകാരത്തിലാവാൻ കഴിയുക? ഈ പുരോഹിതൻ ജയിൽ പുരോഹിതന്മാരുടെ മേധാവിയാണ്. ഇദ്ദേഹത്തിന്റെ സന്ദർശനം സാന്ത്വനിപ്പിക്കാനും ഉപദേശിക്കാനുമാണ്. അതായത് ഇതുമൂലമാണ് അദ്ദേഹം ജീവിക്കുന്നത്. വധശിക്ഷയ്ക്കു വിധിക്കപ്പെട്ട കൊടുംപാപികൾ ഇദ്ദേഹത്തിന്റെ വാചോവിലാസത്തിന്റെ നീരുറവയാണ്. അദ്ദേഹം അവുടെ കുമ്പസാരം സ്വീകരിക്കുന്നു. അവരോടൊപ്പം പ്രാർത്ഥിക്കുന്നു. കാരണം, അദ്ദേഹം തന്റെ പദവി കാത്തുസൂക്ഷിക്കുന്നത് അതുവഴിയാണ്. തന്റെ യുവത്വം മുതൽക്ക് മനുഷ്യർക്ക് മരണശുശ്രൂഷ ചെയ്യുന്നതിൽ അദ്ദേഹം നിരവധി വർഷങ്ങൾ പിന്നിട്ടിരിക്കുന്നു. മറ്റുള്ളവർക്ക് ഞെട്ടലുളവാക്കുന്ന കാര്യങ്ങൾ അദ്ദേഹത്തിന് തഴക്കമായിത്തീർന്നിരിക്കുന്നു. കാരാഗൃഹവും കഴുമരവും അദ്ദേഹത്തിന് ദൈനംദിന കാര്യങ്ങളാണ്.

അടുത്ത ദിവസം, നിശ്ചിത മണിക്കൂറിൽ, ആരെയെങ്കിലും ശുശ്രൂഷിക്കേണ്ടതുണ്ടെന്ന് അദ്ദേഹത്തിന് ഒരു രാത്രി മുന്നേ നോട്ടീസ് ലഭിക്കും. അദ്ദേഹം ചോദിക്കും: “ഇതു ഗാലിയ്ക്കു വേണ്ടിയോ വധശിക്ഷയ്ക്കുവേണ്ടിയോ?” അവയെ സംബന്ധിച്ച് കൂടുതലായി ഒന്നും അന്വേഷിക്കുകയില്ല. എന്നാൽ പിറ്റേ ദിവസം തീർച്ചയായും അവിടെ ചെന്നിരിക്കും.

ഓ, ഏറ്റവും അടുത്ത ഇടവകയിൽ നിന്ന് ഈ മനുഷ്യനു പകരം ഏതെങ്കിലുമൊരു യുവപുരോഹിതനെ. ഏതെങ്കിലുമൊരു വൃദ്ധ പുരോഹിതനെ അവർ എനിക്കു കൊണ്ടുവന്നു തരും! തന്റെ ആരാധനാ പഠനങ്ങളിൽ അവർ അദ്ദേഹത്തെ കാണട്ടെ. എന്നിട്ട് മുന്നറിയിപ്പു നൽകാതെ അദ്ദേഹത്തോട് ഇപ്രകാരം പറയട്ടെ: "മരിക്കാറായ ഒരു മനുഷ്യനുണ്ട്. അവനെ സാന്ത്വനിപ്പിക്കേണ്ടത് നിങ്ങളാണ്. അവന്റെ കൈകൾ അവർ കെട്ടുമ്പോൾ നിങ്ങൾ അവിടെ ഉണ്ടായിരിക്കണം. നിങ്ങളുടെ കുരിശിനോടൊപ്പം മാരകമായ ആ വാഹനത്തിൽ നിങ്ങൾ ഒരു സ്ഥാനം വഹിക്കണം. ആരാച്ചാരിൽ നിന്ന് അവനെ മറയ്ക്കുകയും വേണം. അവന്റെ വധശിക്ഷ നടപ്പാക്കുന്നത് കാണുന്നതിനുവേണ്ടി ദാഹിക്കുന്ന ഭീകരമായ ജനക്കൂട്ടത്തിലൂടെ അവനോടൊപ്പം നിങ്ങൾ കടന്നു പോകണം. കഴുമരത്തിന്റെ കടയ്ക്കൽ വെച്ച് നിങ്ങൾ അവനെ ആലിംഗനം ചെയ്യണം. അവന്റെ ആത്മാവ് പറന്നുപോകും വരെ നിങ്ങൾ അവിടെ നിലകൊള്ളുകയും വേണം!"

അവർ ഇപ്രകാരം പറഞ്ഞു കഴിഞ്ഞാൽ, മാനസിക സംഘർഷം അനുഭവിക്കുന്നവനും ദ്രുതഗതിയിൽ ഹൃദയം സ്പന്ദിക്കുന്നവനും തല മുതൽ പാദം വരെ ആസകലം വിറയ്ക്കുന്നവനുമായ അവനെ അവർ ഇവിടെ കൊണ്ടുവരട്ടെ. ഞാനവന്റെ കൈകളിൽ ഓടിയണയട്ടെ. പിന്നീട് അവന്റെ പാദങ്ങളിൽ മുട്ടുകുത്തട്ടെ. അപ്പോൾ അവൻ വിലപിക്കും. നമ്മളും ഒന്നിച്ചു വിലപിക്കും. അവൻ വാചോവിലാസം ഉള്ളവനായിരിക്കും. ഞാൻ സാന്ത്വനിപ്പിക്കപ്പെടുകയും ചെയ്യും. എന്റെ ഹൃദയത്തിന്റെ ഭാരം അവന്റെ ഹൃദയത്തിലേക്ക് ഇറക്കിവെയ്ക്കും. മാത്രമല്ല, പാപമോചനത്തിന്റെ അനുഗൃഹീത പ്രത്യാശ ഞാൻ സ്വീകരിക്കും. അവൻ എന്റെ ആത്മാവ് എടുക്കുകയും ചെയ്യും!

മുപ്പത്

പക്ഷേ, ആ വയോധികൻ, അദ്ദേഹം എനിക്ക് ആരാണ്? അദ്ദേഹത്തിന് ഞാൻ ആരാണ്? അസന്തുഷ്ടമായ ഒരു വർഗ്ഗത്തിന്റെ മറ്റൊരു വ്യക്തി; അദ്ദേഹം കണ്ടിട്ടുള്ള ധാരാളം പേരുടെ ഒരു നിഴൽ. അദ്ദേഹത്തിന്റെ വധശിക്ഷാ പട്ടികയിൽ ചേർക്കാനുള്ള മറ്റൊരു എണ്ണം.

മേലിൽ അദ്ദേഹത്തിന്റെ ശുശ്രൂഷ വേണ്ട എന്നു പറയുന്നതിൽ ഒരുപക്ഷേ, ഞാൻ തെറ്റുകാരനാവാം. അദ്ദേഹമാണ് നല്ലവൻ; ഞാൻ നേരെ വിപരീതമാണ്. കഷ്ടം! അതെന്റെ തെറ്റായിരുന്നില്ല. എന്റെ ഭീകരമരണത്തെക്കുറിച്ചുള്ള ചിന്ത എന്റെയുള്ളിൽ ഉള്ളതെല്ലാം തന്നെ നശിപ്പിക്കുകയും കഠിനമാക്കുകയും ചെയ്തിരിക്കുന്നു.

അവർ എനിക്കിതാ ഭക്ഷണം കൊണ്ടുവന്നിരിക്കുന്നു. ഞാൻ അതിനുവേണ്ടി ആഗ്രഹിച്ചേക്കുമെന്നതുപോലെ! തിന്നാൻ ഞാൻ ശ്രമിച്ചു നോക്കി. പക്ഷേ, ആദ്യ ഉരുള തന്നെ രുചിയറ്റ് എന്റെ ചുണ്ടിൽ നിന്ന് ഉതിർന്നുവീണു.

മുപ്പത്തിയൊന്ന്

അതിൽ പിന്നീട് വിചിത്രമായ ഒരു സാഹചര്യം ഉളവായി. ആ വയസ്സൻ കള്ളനെ കൊണ്ടുപോകാൻ അവർ വന്നു. നന്ദികെട്ട അഹങ്കാരിയായ ഞാൻ അയാളുമായി ഹസ്തദാനം പോലും നടത്തിയില്ല. മറ്റൊരാൾ അയാളുടെ സ്ഥാനത്തു വന്നു. താഴ്ന്ന നെറ്റിത്തടവും കരുത്തുറ്റ ശരീരഘടനയും വിഡ്ഢിത്തം സ്ഫുരിക്കുന്ന മുഖഭാവവുമുള്ള ഒരാൾ. ഇതിന്നപ്പുറം ഞാൻ ഒരു ശ്രദ്ധയും നൽകിയില്ല. നെറ്റിത്തടം കൈകളിൽ വിശ്രമിച്ച്, മനസ്സ് ചിന്താകലുഷിതമായി ഞാൻ മേശയ്ക്കരികിൽ ഇരിപ്പുറപ്പിച്ചു. തോളിൽ ഒരു ലഘുസ്പർശമേറ്റപ്പോൾ ഞാൻ തിരിഞ്ഞുനോക്കി. അത് ആ പുതിയ കുറ്റവാളിയായിരുന്നു. അയാളൊപ്പം ഞാൻ മാത്രം. അയാളെന്നെ വിചിത്രമായ അരുമഭാഷയിലാണ് സംബോധന ചെയ്തത്:

"ഹേ ക്രിമിൽപുള്ളീ, തനിക്ക് അനുകമ്പയുള്ള ഒരു ഹൃദയമുണ്ടോ?"

"ഇല്ല!" ഞാൻ അക്ഷമയോടെ മറുപടി പറഞ്ഞു. എന്റെ അവിചാരിതമായ മറുപടി അയാളെ പരിഭ്രമിപ്പിച്ചതായി തോന്നി. എങ്കിലും അറച്ചുകൊണ്ട് അയാൾ വീണ്ടും തുടങ്ങി:

"ആൾക്കാർ ക്രൂരന്മാരാകുന്നത് അപ്രകാരം ആകുന്നതിന്റെ സന്തോഷത്തിനുവേണ്ടിയല്ല, അല്ലേ?"

"എന്തുകൊണ്ട് അല്ല?" ഞാൻ ചോദിച്ചു. "ഇതല്ലാതെ നിങ്ങൾക്ക് മറ്റൊന്നും പറയാനില്ലെങ്കിൽ, എന്നെ എന്റെ പാട്ടിനു വി

ടു. എന്താണ് നിങ്ങളുടെ ഉന്നം?"

"ക്രിമിനൽപുള്ളീ, എന്നോടു ക്ഷമിക്കൂ," അയാൾ പ്രതിവചിച്ചു; "ഞാൻ രണ്ടുവാക്കു മാത്രമേ പറയൂ. അവ ഇതാണ്: തനിക്ക് ഒരു പാവം മനുഷ്യന് സന്തോഷം ഉണ്ടാക്കാൻ കഴിയുമെങ്കിൽ, അതിന് നിങ്ങൾക്ക് ഒരു ചെലവും ഇല്ലെങ്കിൽ, താൻ അപ്രകാരം ചെയ്യുമോ?"

ഞാൻ ഗൗരവപൂർവ്വം പറഞ്ഞു: "തീർച്ചയായും സന്തോഷം നൽകാനുള്ള കഴിവ് എനിക്കുള്ളതായി നിങ്ങൾക്ക് ചൂണ്ടിക്കാണിക്കാനാവില്ല?"

അയാൾ സ്വരം താഴ്ത്തി ഒരു നിഗൂഢഭാവം കൈക്കൊണ്ടു. അതയാളുടെ മണ്ടൻ മുഖഭാവത്തിന് യോജിച്ചതല്ലായിരുന്നു.

"അതെ, കുറ്റവാളീ, അതെ. സന്തോഷം, സൗഭാഗ്യം!" അയാൾ പിറുപിറുത്തു. "ഇതെല്ലാം നിങ്ങളിലൂടെ മാത്രമേ എനിക്കു കൈവരുത്താൻ കഴിയൂ. ഇതാ ശ്രദ്ധിക്കൂ. ഞാനൊരു പാവം ഭടനാണ്. ജോലിഭാരം കനത്തതാണ്. ശമ്പളം തുച്ഛവും. എന്റെ കുതിര എന്റെ സ്വന്തമാണ്. അതെന്നെ നശിപ്പിച്ചു. ഒരു പ്രതിതുലനമെന്ന നിലയിൽ ഞാൻ ഭാഗ്യക്കുറിയിലേക്കു കടന്നു. ശരിയായ നമ്പർ ഇല്ലാത്തതുകൊണ്ടു മാത്രമാണ് എനിക്ക് ഇത്രത്തോളം നഷ്ടപ്പെട്ടത്. ഞാനെപ്പോഴും ആ നമ്പറുകൾക്ക് വളരെ അടുത്തെത്തും. എഴുപത്താറിന്റെ നമ്പറാണ് ഞാൻ വാങ്ങുന്നതെങ്കിൽ എഴുപത്തേഴായിരിക്കും സമ്മാനനമ്പർ. വേണമെന്നുണ്ടെങ്കിൽ ഇത്തിരി ക്ഷമ കാണിക്കണം. ഞാൻ പരമാവധി ക്ഷമിച്ചു. ഇതാ എനിക്ക് സൗഭാഗ്യകരമായ ഒരു സുവർണ്ണാവസരം. ക്ഷമിക്കണം, ക്രിമിനൽപുള്ളീ; ഇന്നു നിങ്ങളെ വധിക്കാൻ പോവുകയാണല്ലോ. ഈ വിധത്തിൽ കൊല്ലപ്പെടുന്ന പ്രേതാത്മാക്കൾ ഭൂമിയിൽ ഭാഗ്യക്കുറി നറുക്കെടുപ്പിനു മുമ്പ് അതു കാണുമെന്നത് ഉറപ്പായ വസ്തുതയാണ്. മൂന്നു നമ്പറുകൾ-മൂന്നു നല്ല നമ്പറുകൾ എനിക്കു തരാൻ നിങ്ങളുടെ പ്രേതം നാളെ രാത്രി എനിക്കു പ്രത്യക്ഷപ്പെടുമെന്ന് വാക്കുതരൂ. തരില്ലേ? അതുകൊണ്ട് നിങ്ങൾക്കെന്താണ് കുഴപ്പം? എനിക്ക് പ്രേതങ്ങളെ പേടിയുമില്ല. ഇക്കാര്യം ശ്രദ്ധയിൽ വെക്കൂ. ഇതാ എന്റെ മേൽവിലാസം: പോപ്പിൻ കോർട്ട് ബാരക്സ്, സ്റ്റെയർകെയ്സ് എ, നം.26, ഇടനാഴിയുടെ അറ്റത്ത്. നിങ്ങൾ എന്നെ വീണ്ടും തിരിച്ചറിയും, ഇല്ലേ? സൗകര്യപ്പെടുമെങ്കിൽ ഇന്നു രാത്രി തന്നെ വരൂ."

ഒരു ഭ്രാന്തൻ പ്രതീക്ഷ എന്റെ മനസ്സിൽ കടന്നുകൂടിയിട്ടില്ലായിരുന്നുവെങ്കിൽ, അത്തരമൊരു മന്ദബുദ്ധിയോടു മറുപടി പറയുന്നത് ഞാൻ വെറുക്കുമായിരുന്നു. ഹതാശകരമായ ഇപ്പോഴത്തെ എന്റെ അവസ്ഥയിൽ, ഒരു മുടിനാരിഴ കൊണ്ട് ഒരു ചങ്ങല പൊട്ടിക്കുമെന്ന് ഒരാൾ സങ്കല്പിക്കുന്ന ചില നിമിഷങ്ങളുണ്ട്.

"ശ്രദ്ധിക്കൂ," മരിക്കാൻ പോകുന്ന ഒരു ഹതഭാഗ്യന്റെ ഭാഗം കഴിയുന്നത്ര നന്നായി അഭിനയിച്ചുകൊണ്ട് ഞാൻ പറഞ്ഞു; "എനിക്കു നിങ്ങളെ തീർച്ചയായും ഒരു രാജാവിനേക്കാൾ സമ്പന്നനാക്കാൻ കഴിയും. ഒരു വ്യവസ്ഥയിൽ ദശലക്ഷക്കണക്കിന് എനിക്കു നിങ്ങൾക്ക് നേടിത്തരാനാകും."

അയാൾ തന്റെ വിവേകശൂന്യമായ കണ്ണുകൾ തുറന്നു."എന്താണത്, എന്താണത്? കുറ്റവാളീ, നിങ്ങളെ തൃപ്തിപ്പെടുത്താൻ ഞാനെന്തു ചെയ്യും."

"എങ്കിൽ മൂന്നു നമ്പറുകൾക്കു പകരം നിങ്ങൾക്ക് നാലു നമ്പറുകൾ പറഞ്ഞുതരാമെന്ന് ഞാൻ വാക്കു തരുന്നു. മേൽക്കുപ്പായം പരസ്പരം മാറണം."

"ഓ, അത്രയേ ഉള്ളൂ?" കുപ്പായത്തിന്റെ ആദ്യ കൊളുത്ത് ഉല്ലാസപൂർവ്വം ഊരിക്കൊണ്ട് അയാൾ ചോദിച്ചു.

ഞാൻ കസേരയിൽ നിന്ന് എഴുന്നേറ്റു. വർദ്ധിച്ച ഹൃദയസ്പന്ദനത്തോടെ അയാളുടെ എല്ലാ ചലനങ്ങളും ഞാൻ നിരീക്ഷിച്ചു. ഒരു ഭടന്റെ യൂനിഫോം കുപ്പായത്തിനു മുന്നിൽ വാതിലുകൾ തുറക്കുന്നത് ഞാൻ സങ്കല്പിച്ചു. പിന്നീട് ജയിൽ, തെരുവ്, പട്ടണം-എല്ലാം തന്നെ എത്രയോ കാതം പിന്തള്ളിയിരിക്കുന്നു! പക്ഷേ, മനസ്സില്ലാമനസ്സോടെ അയാൾ പെട്ടെന്ന് തിരിഞ്ഞു കൊണ്ട് ചോദിച്ചു:

"ഞാൻ ചോദിക്കട്ടെ, പറഞ്ഞതിൽ നിന്ന് വിട്ട് പുറത്തു പോകില്ലല്ലോ?"

എല്ലാം നഷ്ടപ്പെട്ടെന്ന് എനിക്കു ബോധ്യമായി. എങ്കിലും ഞാൻ ഒരു അവസാന ശ്രമം നടത്തി. അത് വിഡ്ഢിത്തമെന്നപോലെ ഉപയോഗശൂന്യവുമായിരുന്നു.

"അതെ പുറത്തു പോകില്ല," ഞാൻ അയാളോടു പറഞ്ഞു; "പക്ഷേ, എല്ലാം നിങ്ങളുടെ ഭാഗ്യം അനുസരിച്ചായിരിക്കും."

അയാൾ ഇടയ്ക്കു കയറി പറഞ്ഞു.

"ഓ, ഭാഗ്യം! എന്റെ നമ്പറിന്റെ കണക്കനുസരിച്ച് അങ്ങനെയുണ്ടാവില്ല! ഭാഗ്യം വരണമെങ്കിൽ നിങ്ങൾ മരിക്കണം. അറിയാമോ!"

മൗനിയും കൂടുതൽ ഹതാശനുമായി ഞാൻ വീണ്ടും ഇരുന്നു. ഞാനുൾകൊണ്ടിരുന്ന എല്ലാ പ്രതീക്ഷയും പൊലിഞ്ഞുപോയി.

മുപ്പത്തിരണ്ട്

ഞാൻ കണ്ണുകളടച്ച് കൈകൾ കൊണ്ടു മുഖം പൊത്തി. ഭൂതകാലത്തിലെ വർത്തമാനകാലത്തെ മറക്കാൻ ശ്രമിച്ചു. പെട്ടെന്നുണ്ടായ ഒരു മനോരാജ്യത്തിൽ ബാല്യത്തിലെയും യുവത്വത്തിലെയും ഓർമ്മകൾ ഓരോന്നോരോന്നായി തിരികെയെത്തി. കലുഷിത ചിന്തകളുടെ കരിങ്കടൽ തീരത്തെ കുസുമദ്വീപുകൾ പോലെ മൃദുവും ശാന്തവും സുസ്മേരവുമായിരുന്നു ഓർമ്മകൾ. കലുഷിത ചിന്തകൾ എന്റെ മസ്തിഷ്കത്തിൽ കൊടുങ്കാറ്റു പോലെ ആഞ്ഞു വീശി.

ഞാൻ വീണ്ടും ഒരു കുട്ടിയായി. പഴയ പൂന്തോട്ടത്തിന്റെ പരപ്പാർന്ന പച്ചപ്പാതകളിൽ സഹോദരന്മാർക്കൊപ്പം കളിക്കുകയും ഓടിത്തിമർക്കുകയും ഒച്ചയിടുകയും ചെയ്യുന്ന, എപ്പോഴും ചിരിക്കുന്ന ആരോഗ്യവാനായ സ്കൂൾ കുട്ടി. ആ പൂന്തോട്ടത്തിലായിരുന്നു എന്റെ ആദ്യവർഷങ്ങൾ കടന്നുപോയത്.

പിന്നീട് നാലുകൊല്ലം കഴിഞ്ഞ് അപ്പോഴും ഒരു കുട്ടിയായി എന്നെ അവിടെ വീണ്ടും കാണാം. പക്ഷേ, ഇത്തവണ ഉത്കടമായ ഒരു സ്വപ്നജീവിയായിട്ടാണ്. പൂന്തോട്ടത്തിൽ ഒരു കൊച്ചു പെൺകുട്ടിയുണ്ട്. ഒരു കൊച്ചു സ്പാനിഷ്കാരി. വലിയ കണ്ണുകളും നീളമേറിയ തലമുടിയും ഇരുണ്ടുമിനുത്ത ചർമ്മവും ചുവന്നു തുടുത്ത ചുണ്ടുകളും കവിളുകളും ഉള്ള പെപ്പ എന്നു പേരായ പതിന്നാലു വയസ്സുള്ള ആൻഡലൂഷ്യൻ പെൺകുട്ടി. "പോയി ഒരുമിച്ച് ഓടിക്കളിക്കൂ," എന്ന് അമ്മമാർ ഞങ്ങളോട് പറഞ്ഞെങ്കിലും ഞങ്ങൾ നടക്കുകയാണു ചെയ്തത്. അതിന് ഒരു കൊല്ലം മുമ്പു മാത്രം ഞങ്ങളൊരുമിച്ച് കളിക്കുകയും കലഹിക്കുകയും തർക്കിക്കുകയും പതിവായിരുന്നു. തോട്ടത്തിലെ ഏറ്റവും നല്ല ആപ്പിൾ കരസ്ഥമാക്കാൻ

ഞാൻ പെപ്പിതയുടെമേൽ ആധിപത്യം സ്ഥാപിക്കുമായിരുന്നു. ഒരു കുരുവിക്കൂടിനുവേണ്ടി ഞാനവളെ അടിച്ചു. അവൾ കരഞ്ഞു. ഞാനവളെ ശകാരിച്ചു. ഞങ്ങൾ അമ്മമാരോടു പരാതി പറയാൻ പോയി. എന്നാലിപ്പോൾ-അവളെന്റെ കൈകളിൽ ചാഞ്ഞിരിക്കുകയാണ്. അവർക്ക് അഭിമാനവും സാന്ത്വനവും അനുഭവപ്പെട്ടു. ഞങ്ങൾ സാവധാനം നടന്നു; ശബ്ദം താഴ്ത്തി സംസാരിച്ചു. അവൾക്കുവേണ്ടി ഞാനിത്തിരി പൂവറത്തു കൊടുത്തു. കണ്ടുമുട്ടിയപ്പോൾ ഞങ്ങളുടെ കൈകൾ വിറച്ചു. പക്ഷികളെക്കുറിച്ചും ഞങ്ങൾക്കു മുകളിലെ ആകാശത്തെക്കുറിച്ചും വൃക്ഷങ്ങൾക്കു പിറകിലെ രക്തവർണ്ണമാർന്ന സൂര്യാസ്തമയത്തെക്കുറിച്ചും അതുമല്ലെങ്കിൽ അവളുടെ സ്കൂൾ കൂട്ടുകാരെക്കുറിച്ചും അവളുടെ വസ്ത്രത്തെയും റിബ്ബണുകളെക്കുറിച്ചും അവളെന്നോട് സംസാരിച്ചു. ഞങ്ങൾ നിഷ്കളങ്കതയോടെ സംസാരിച്ചു. എങ്കിലും ഇരുവരും ലജ്ജിച്ചു പോയി. ആ ബാലിക ഒരു യുവതിയായി വളർന്നു. ഞങ്ങള് കുറച്ചുനേരം സംസാരിച്ചതിനു ശേഷം ഞാനവളെ ഒരു കരയ്ക്കു മുകളിൽ ഇരുത്തി. അവൾ പുഞ്ചിരിക്കുകയായിരുന്നു; ഞാൻ ഗൗരവഭാവത്തിലും. “അവടെയിരിക്കൂ,” അവൾ പറഞ്ഞു, “ഇപ്പോഴും പകൽ വെട്ടമുണ്ടല്ലോ. നമുക്കെന്തെങ്കിലും വായിക്കാം. തന്റെ കയ്യിൽ പുസ്തകമുണ്ടോ?”

സംഗതിവശാൽ പ്രിയങ്കരമായ ഒരു പുസ്തകം എന്റെ കൈവശമുണ്ടായിരുന്നു. ഞാനവളുടെ അരികിലേക്ക് നീങ്ങി ഇരുന്നു. പുസ്തകം യാദൃച്ഛികമെന്നവണ്ണം തുറന്നു. അവൾ എന്റെ തോളിൽ തോൾ ചായ്ചു. ഒരേ പേജു തന്നെ ഞങ്ങൾ വായിക്കാൻ തുടങ്ങി. താളുകൾ മറിക്കുന്നതിനു മുമ്പ് അവളെപ്പോഴും എനിക്കുവേണ്ടി കാത്തുനിൽക്കാൻ ബാദ്ധ്യസ്ഥയായിരുന്നു. അവെളുടേതിനേക്കാൾ ഇത്തിരി കുറവായിരുന്നു എന്റെ ബുദ്ധി. “താൻ വായിച്ചു കഴിഞ്ഞോ?” അവൾ ചോദിക്കും. അപ്പോൾ ഞാൻ തുടങ്ങിയിട്ടേ ഉണ്ടാവുകയുള്ളൂ. പിന്നീട് ഞങ്ങളുടെ തലകൾ ഒന്നിച്ചു കൂട്ടിമുട്ടി; ഞങ്ങളുടെ തലമുടി കൂടിക്കലർന്നു; ഞങ്ങളുടെ ശ്വാസം ലയിച്ചു ചേർന്നു. ഒടുവിൽ ഞങ്ങളുടെ ചുണ്ടുകൾ മുട്ടിയുരുമ്മി.

വായന തുടരേണ്ടതിനെക്കുറിച്ച് ഞങ്ങൾ വീണ്ടും ചിന്തിച്ചപ്പോൾ നക്ഷത്രവെളിച്ചം വീണു കഴിഞ്ഞിരുന്നു. ആ സന്ധ്യ ഞാൻ ജീവിതകാലം മുഴുവൻ ഓർക്കും!

ഓ, ദൈവമേ, എന്റെ ജീവിതകാലം മുഴുവൻ!

ഘടികാരത്തിന്റെ മണിയടിച്ചു. അത് എത്രയാണെന്ന് എനിക്കറിയില്ല. മണിയടി വ്യക്തമായി ഞാൻ കേൾക്കുന്നില്ല. എന്റെ കർണ്ണങ്ങളിൽ ഒരു ഓർഗൻ സംഗീതോപകരണത്തിന്റെ മണിനാദമാണുള്ളതെന്നു തോന്നുന്നു. അതെന്റെ അവസാനചിന്തകളുടെ അങ്കലാപ്പാണ്. ഈ അന്ത്യനാളിൽ, ജീവിതത്തിന്റെ സംഭവബഹുലതയിലേക്കു തിരിഞ്ഞുനോക്കുമ്പോൾ, എന്റെ കുറ്റകൃത്യം ഭയപ്പാടോടെയാണ് ഞാനോർക്കുന്നത്. ഇത്രയേറെ വൈകിപ്പോയെങ്കിലും അതിനെക്കുറിച്ച് പശ്ചാത്തപിക്കാൻ ഞാനാഗ്രഹിക്കുന്നു. എന്നെ വധശിക്ഷക്കു വിധിച്ചശേഷം എനിക്കു കൂടുതൽ പശ്ചാത്താപം അനുഭവപ്പെട്ടു. അതു മുതൽക്ക് മരണചിന്തകൾക്കല്ലാതെ മറ്റൊന്നിനും എന്നിൽ ഇടമില്ലായിരുന്നു എന്നു തോന്നുന്നു. എന്നാലിപ്പോൾ, പൂർണ്ണമായി പശ്ചാത്തപിക്കാൻ ഞാനാഗ്രഹിക്കുന്നു! എന്റെ ജീവിതത്തിൽ കടന്നുപോയതിനെക്കുറിച്ച് ഒരു മിനുട്ട് ചിന്തിച്ചപ്പോഴും തുടർന്ന്, വരാൻ പോകുന്ന വധശിക്ഷയെക്കുറിച്ചുള്ള ചിന്തയിലേക്ക് തിരികെ വന്നപ്പോഴും, പുതിയതെന്തോ കണ്ടിട്ടെന്നപോലെ ഞാൻ ഞെട്ടി വിറച്ചു. എന്റെ സന്തുഷ്ടകരമായ ബാല്യകാലം, എന്റെ മനോഹരമായ യുവത്വം-അറ്റം തുരുമ്പിച്ച ഒരു സ്വർണ്ണവല. അനവധി കാലത്തെ നിഷ്കളങ്കവും ആഹ്ലാദപ്രദവുമായ ജീവിതത്തിനു ശേഷമുള്ള എന്റെ ചരിത്രം ആരെങ്കിലും വായിക്കുകയാണെങ്കിൽ, കുറ്റകൃത്യത്തിൽ തുടങ്ങിയതും വധശിക്ഷയിൽ അവസാനിക്കുന്നതുമായ ഈ നീചവർഷത്തിൽ അവർ വിശ്വസിക്കുകയില്ല. അത് അസാധ്യമായി തോന്നും.

ഇങ്ങനെയൊക്കെയാണെങ്കിലും, ഓ! മാനുഷിക നിയമങ്ങളുടെയും മാനുഷികപ്രകൃതങ്ങളുടെയും കുറവുകൾ! ഞാൻ ദ്രോഹബുദ്ധിയുള്ളവനായിരുന്നില്ല.

മുപ്പത്തിനാല്

ഹോ! ഏതാനും മണിക്കൂറുകൾക്കുള്ളിൽ മരിക്കാൻ പോകുന്നു! ഒരു കൊല്ലം മുമ്പു ഇതേ ദിവസം ഞാൻ നിർദ്ദോഷിയും സ്വതന്ത്രനുമായിരുന്നു; ശരത്കാലങ്ങളിൽ നടത്തം ആസ്വദിച്ചിരുന്നു; മരത്തണലിൽ അലഞ്ഞുതിരിഞ്ഞിരുന്നു! ഇതേ നിമിഷം വീടുക

ളിലും എനിക്കു ചുറ്റും ആൾക്കാർ വരികയും പോകുകയും ചിരിക്കുകയും സംസാരിക്കുകയും ദിനപത്രങ്ങൾ വായിക്കുകയും ബിസിനസ്സിനെക്കുറിച്ച് ചിന്തിക്കുകയും ചെയ്തിരുന്നു. പീടികക്കാർ തങ്ങളുടെ സാധനങ്ങൾ വില്പന നടത്തിക്കൊണ്ടിരുന്നു; പെൺകുട്ടികൾ സന്ധ്യയ്ക്കുവേണ്ടിയുള്ള നൃത്തവസ്ത്രങ്ങൾ തയ്യാറാക്കിക്കൊണ്ടിരുന്നു; അമ്മമാർ കുഞ്ഞുങ്ങളോടൊപ്പം കളിച്ചുകൊണ്ടിരുന്നു!

മുപ്പത്തിയഞ്ച്

കുട്ടിയായിരുന്നപ്പോൾ ഒരിക്കൽ നോത്രദാമിലെ മണിഗോപുരം തനിച്ചു കാണാൻ പോയിരുന്നത് ഞാനോർക്കുന്നു. ഇരുട്ടു നിറഞ്ഞ, ചുറ്റിത്തിരിയുന്ന, കോണി കയറിയപ്പോൾ; രണ്ടു ഗോപുരങ്ങളെയും ഏകോപിപ്പിക്കുന്ന നേരിയ തുറന്ന ഗാലറി കുറുകെ കടന്നപ്പോൾ; എന്റെ കാൽക്കീഴിൽ പാരീസ് കണ്ടപ്പോൾ എന്റെ തല കറങ്ങിപ്പോയി. കൂറ്റൻ മണി തൂങ്ങിക്കിടക്കുന്ന കൽക്കൂട്ടിലും മരക്കൂട്ടിലും ഞാൻ കയറി. പാരീസിലെ കുട്ടികൾക്കിടയിലും സാധാരണ ജനങ്ങൾക്കിടയിലും വളരെയധികം പ്രശസ്തമായ ആ മണി ദൂരെവെച്ച് പരിശോധിച്ചു കൊണ്ട്, മോശമായി യോജിപ്പിച്ച പലകയ്ക്കുമേൽ വിറയ്ക്കുന്ന ചുവടുവെപ്പുകളോടെ ഞാൻ മുന്നോട്ടു നടന്നു. ചെരിഞ്ഞ പ്രതലങ്ങളോടെ മണിഗോപുരത്തെ ചുറ്റി നിൽക്കുന്ന കല്ലോടുപാകിയ ചാച്ചുകെട്ടി ഞാൻ ഭീതിയോടെയാണ് നിരീക്ഷിച്ചത്. അവ എന്റെ പാദങ്ങളുടെ വിതാനത്തിനൊപ്പമായിരുന്നു. ഞാൻ കണ്ട ദ്വാരങ്ങളിലൂടെ താഴെയുള്ള തെരുവിനെ ഒരു വിഹഗവീക്ഷണം നടത്തി. യാത്രക്കാർ ഉറുമ്പുകളുടെ വലിപ്പത്തിലേക്കു ചുരുങ്ങി.

പൊടുന്നനെ ആ കൂറ്റൻ മണി വീണ്ടും ശബ്ദിച്ചു. അതിന്റെ ആഴത്തിലുള്ള കമ്പനം അന്തരീക്ഷത്തെ പിടിച്ചുകുലുക്കി; ഭീമൻ ഗോപുരത്തെ വിറപ്പിച്ചു. അതിന്റെ ഒച്ചയെന്നെ മിക്കവാറും അസ്തപ്രജ്ഞനാക്കി. കാലിടറി വീഴാറായി ചാച്ചുകെട്ടിയിന്മേൽ പതിക്കുമെന്ന നിലയിലായി. തീവ്രമായ ഭയം മൂലം ഞാൻ പലകമേൽ ഇരു കൈകൾകൊണ്ടും അള്ളിപ്പിടിച്ചു കിടന്നു. അതിഘോരമായ ശബ്ദത്താൽ എനിക്ക് സംസാരിക്കാനും ശ്വാസം വിടാനും വയ്യാതായി. അതേ സമയം എന്റെ കണ്ണുകൾക്കു ചുവട്ടിൽ കിഴുക്കാംതൂ

ക്കായ അഗാധഗർത്തം. അവിടെ നിശ്ശബ്ദരും അസൂയാലുക്കളുമായ നിരവധി യാത്രക്കാർ നടന്നുകൊണ്ടിരുന്നു.

ഞാൻ വീണ്ടും ആ മണിഗോപുരത്തിലെത്തിയതായി എനിക്കു തോന്നുന്നു. എന്റെ ഇന്ദ്രിയങ്ങൾക്ക് വീണ്ടും കറക്കവും കാഴ്ചക്കുറവും അനുഭവപ്പെടുന്നു. ആ മണിമുഴക്കം എന്റെ തലച്ചോറിനെ ഞെരുക്കുന്നു. ഞാൻ കൈവിട്ടുപോയ പ്രശാന്തവും അക്ഷോഭവുമായ ആ ജീവിതം എനിക്കു ചുറ്റും ഒട്ടും കാണുന്നില്ലല്ലോ. അവിടെ തെല്ലകലെ, ഭീകരമായ ഗർത്തത്തിന്നപ്പുറം മറ്റുള്ളവർ ഇപ്പോഴും നടക്കുന്നു.

മുപ്പത്തിയാറ്

ഒരു മണി പതിനഞ്ചു മിനുട്ട്. ഇപ്പോഴത്തെ എന്റെ വികാരാനുഭൂതികൾ ഇനിപ്പറയുന്നവയാണ്. തലയിൽ അതിശക്തമായ വേദന; ശരീരമാസകലം കുളിരുന്നു; നെറ്റിത്തടം കത്തിയെരിയുന്നു. ഓരോ സമയം ഞാൻ എഴുന്നേൽക്കുമ്പോഴോ മുന്നോട്ടു കുനിയുമ്പോഴോ ശിരസ്സിനകത്ത് ഒരു ദ്രാവകം ഒഴുകുന്നതായി തോന്നുന്നു. ഇത് അസ്ഥിയിൽ തട്ടി തലച്ചോറിനെ ശക്തിയായി മിടിപ്പിക്കുന്നു.

എനിക്ക് അപസ്മാരസമാനമായ കോച്ചിവലിവുണ്ട്. കൂടെക്കൂടെ, ദ്രുതമായ ഒരു ആഘാതത്തിലെന്നവണ്ണം കൈയിൽ നിന്ന് പേന താഴെ വീഴുന്നു. എന്റെ കണ്ണുകൾ വേദനിക്കുകയും കത്തിയെരിയുകയും ചെയ്യുന്നു. എന്റെ എല്ലാ അവയവങ്ങളിലും അതിയായ അസ്വസ്ഥത അനുഭവപ്പെടുന്നു.

ഇനിയങ്ങോട്ട് രണ്ടേമുക്കാൽ മണിക്കൂറിനുള്ളിൽ എല്ലാം ഭേദപ്പെടും.

മുപ്പത്തിയേഴ്

അത് ഒന്നുമല്ലെന്നും ഒരാൾ കഷ്ടപ്പാട് അനുഭവിക്കുന്നില്ലെന്നും അതൊരു അനായാസ മരണമാണെന്നും അവർ പറയുന്നു. ങ്ഹാ! അങ്ങനെയെങ്കിൽ ആറാഴ്ചത്തെ ഈ തീവ്രനൊമ്പരത്തെ, ഒരു ദിവസത്തിലെ മൊത്തത്തിലുള്ള വിലയിരുത്തലിനെ അവർ

എന്താണു വിളിക്കുക? വളരെ സാവധാനത്തിലും അതേ സമയം വളരെ വേഗത്തിലും കടന്നുപോയിക്കൊണ്ടിരിക്കുന്ന അപരിഹാര്യമായ ഈ വേദന പിന്നെയെന്താണ്? ജീവൻ തുള്ളിതുള്ളിയായി എടുക്കപ്പെട്ടാലും ബുദ്ധിചിന്തയുടെ ശകലങ്ങളായി കെട്ടുപോയാലും അവ അതേ ഞരമ്പുവേദന തന്നെയല്ലേ?

മുപ്പത്തിയെട്ട്

എന്റെ മനസ്സ് പലപ്പോഴും രാജാവിലേക്ക് തിരിഞ്ഞുപോകുന്നുവെന്നത് അനന്യസാധാരണമാണ്. ഞാനെന്തു ചെയ്യുമ്പോഴും എന്റെയുള്ളിൽ എന്നോടു സംസാരിക്കുന്ന ഒരു ശബ്ദമുണ്ട്.

"ഇതേ പട്ടണത്തിൽ, ഇതേ മണിക്കൂറിൽ, ഇവിടെ നിന്ന് അകലെയല്ലാതെ, മറ്റൊരു കൊട്ടാരത്തിൽ, തന്റെ എല്ലാ പടിവാതിൽക്കലും കാവൽക്കാരുള്ള ഒരാളുണ്ട്. ആൾക്കൂട്ടത്തിൽ നിന്നെപ്പോലെ അയാൾ തനിയെയാണ്. ഒരു വ്യത്യാസമുണ്ട്-നിനക്ക് എത്ര ഉയരക്കുറവുണ്ടോ അത്രയും ഉയരക്കൂടുതൽ അയാൾക്കുണ്ട്. അയാളുടെ മുഴുവൻ ജീവിതവും കീർത്തിനിറഞ്ഞതും മഹത്തരവും ആഹ്ലാദപ്രദവുമാണ്. അയാൾക്കു ചുറ്റുമെല്ലാം സ്നേഹവും ബഹുമാനവും ആരാധനയുമാണ്. അയാളോടു സംസാരിക്കുമ്പോൾ ഉച്ചത്തിലുള്ള ശബ്ദം താഴ്ന്നതായിത്തീരുന്നു; അത്യാഭിമാനത്താൽ ഉയർന്ന തലകൾ താഴ്ത്തപ്പെടുന്നു. ഈ നിമിഷം അയാൾ മന്ത്രിമാരുടെ സമിതിയെ നയിക്കുകയാണ്. സമിതിയിൽ എല്ലാ അഭിപ്രായങ്ങളും അയാളുടേതുമായി ഒത്തുപോകുന്നു. അതുമല്ലെങ്കിൽ, ആഘോഷം വന്നുചേരുമെന്ന് ഉറപ്പിച്ചുകൊണ്ടും. തന്റെ സുഖത്തിന്റെ കുഴപ്പങ്ങൾ മറ്റുള്ളവർക്കായി വിട്ടുകൊടുത്തുകൊണ്ടും നാളത്തെ നായാട്ടിനെക്കുറിച്ചും ഇന്നു വൈകുന്നേരത്തെ നൃത്തത്തെക്കുറിച്ചും അയാൾ ചിന്തിക്കുന്നു.

"നിന്നെപ്പോലെ മാംസവും രക്തവും ഉള്ള മനുഷ്യനാണിത്! ഈ ക്ഷണം കഴുമരം വീഴുന്നതിനു വേണ്ടിയും നിന്നെ ജീവിതത്തിലേക്കും സ്വാതന്ത്ര്യത്തിലേക്കും സൗഭാഗ്യത്തിലേക്കും കുടുംബ ജീവിതത്തിലേക്കും തിരിച്ചുകൊണ്ടുവരുന്നതിനു വേണ്ടിയും ഒരു തുണ്ടം കടലാസ്സിന്നടിയിൽ തന്റെ പേരെഴുതുന്നതിന്റെ ആവശ്യം മാത്രമേ ആവുന്നുള്ളൂ. അതുമല്ലെങ്കിൽ അവന്റെ വാഹനം നി

ന്റെ മാരകമായ കുതിരവണ്ടിയെ സന്ധിക്കണം! അവൻ നല്ലവനു മാണ്. അതു ചെയ്യാൻ ഒരു പക്ഷേ, അവനു സന്തോഷമായിരിക്കും; എങ്കിലും അതു നിറവേറ്റപ്പെടുകയില്ല!"

മുപ്പത്തിയൊമ്പത്

അങ്ങനെയെങ്കിൽ മരണത്തിന്റെ കാര്യത്തിൽ എനിക്കു ധൈര്യമുണ്ടാകട്ടെ. ഈ ഘോരമായ ചിന്ത ഞാൻ കൈകാര്യം ചെയ്യട്ടെ. ഞാനിതിനെ നിർഭയത്വത്തോടെ അഭിമുഖീകരിക്കട്ടെ. അതെന്താണെന്ന് ഞാൻ അന്വേഷിക്കും; എന്താണ് അതിന്റെ ആവശ്യമെന്ന് ഞാനറിയും; അതിന്റെ നിഗൂഢതയിലേക്ക് ആഴത്തിൽ ഇറങ്ങി ച്ചെല്ലും; ശവകുടീരത്തിലേക്ക് കാലേക്കൂട്ടി ഞാൻ നോക്കും.

* * *

മനസ്സിന്റെ തനതായ ഭീകര ദിവാസ്വപ്നങ്ങളാൽ മനസ്സ് അങ്കലാപ്പിലായി കാണപ്പെടുന്നതുവരെ മരണത്തെയും അനശ്വരതയെയും കുറിച്ച് ഞാൻ വിചിന്തനം ചെയ്തിരിക്കുന്നു. എന്റെ ചിന്തകൾ അലഞ്ഞുതിരിയുന്നു. ഹോ, എനിക്കൊരു പുരോഹിതനെ വേണം. ഉപദേശം നൽകാൻ കഴിയുന്ന ഒരു പുരോഹിതനെ. വാരിപ്പുണരാൻ ഒരു പുരോഹിതനെയും കുരുശിൽ തറച്ച യേശുവിന്റെ ഒരു വിഗ്രഹത്തെയും എനിക്കു വേണം. കഷ്ടം! ഇവിടെയിതാ അതേ പുരോഹിതൻ വീണ്ടും!

നാല്പത്

കുറച്ചു നേരം കഴിഞ്ഞ്, എന്നെ ഉറങ്ങാൻ അനുവദിക്കണമെന്ന് ഞാനദ്ദേഹത്തോട് യാചിച്ചു. കിടക്കയിൽ ഞാൻ അറിയാതെ വീണുപോയി. എന്റെ തല നിറയെ രക്തം ഇരച്ചു കയറി. അതെന്നെ ഉറക്കി. ഭൂമിയിലെ എന്റെ അവസാനത്തെ ഉറക്കം. ഞാനൊരു പേടിസ്വപ്നം കണ്ടു. അതിൽ നിന്ന് ഞാൻ ഭയപ്പാടോടെ തീവ്രവേദനയിൽ ഞെട്ടിയുണർന്നു.

പുരോഹിതൻ എന്റെ കട്ടിലിന്റെ തലയ്ക്കൽ പ്രാർത്ഥനകൾ വായിച്ചുകൊണ്ട് ഇരിപ്പുണ്ടായിരുന്നു.

"ഞാൻ അധികനേരം ഉറങ്ങിയോ?" ഞാനദ്ദേഹത്തോട് ആ

രാഞ്ഞു.

"മകനേ," അദ്ദേഹം പറഞ്ഞു. "നീ ഒരു മണിക്കൂറോളം ഉറങ്ങി. അവർ നിന്റെ കുഞ്ഞിനെ കൊണ്ടുവന്നിട്ടുണ്ട്. അടുത്ത മുറിയിൽ അവൾ കാത്തിരിക്കുകയാണ്. നിന്നെ ഉണർത്താൻ ഞാൻ അവരെ അനുവദിച്ചില്ല."

"ഹോ." ഞാൻ നിലവിളിച്ചു കരഞ്ഞു. "എന്റെ പൊന്നുമോളെ! എന്റെ എല്ലാമായ തങ്കക്കട്ടിയെ അവർ കൊണ്ടുവന്നോട്ടെ!"

നാല്പത്തിയൊന്ന്

എന്റെ കുഞ്ഞ് ഉല്ലാസവതിയും സന്തോഷവതിയുമായി കാണപ്പെട്ടു. അവളുടെ കണ്ണുകൾക്ക് നല്ല തിളക്കം. ഹോ, അവൾ എത്ര മനോഹരി! അവളെ ഞാൻ എന്നിലേക്ക് അടുപ്പിച്ച് കൈകളിൽ ഉയർത്തി. മടിയിൽ വെച്ചു, അരുമയായ മുടിയിൽ ചുംബിച്ചു. ഞാൻ ചോദിച്ചു: "എന്താണ് അവളുടെ അമ്മ കൂടെയില്ലാത്തത്?" അവൾക്ക് തീരെ സുഖമില്ലെന്ന് ഞാൻ മനസ്സിലാക്കി. വയസ്സായ എന്റെ പാവം അമ്മയ്ക്കു തീരെ വയ്യ.

മേരി എന്നെ ആശ്ചര്യത്തോടെ നോക്കി. തലോടുകയും പുണരുകയും ചുംബനങ്ങൾ കൊണ്ടു മൂടുകയും ചെയ്തപ്പോൾ അവൾ ശാന്തമായി വഴങ്ങി. പക്ഷേ, കൂടെക്കൂടെ അവൾ തന്റെ പരിചാരികയുടെ മുഖത്തേക്ക് നോട്ടമയച്ചുകൊണ്ടിരുന്നു. ഒരു മൂലയിൽ കരയുകയായിരുന്നു പരിചാരിക.

ഒടുവിൽ എനിക്കു സംസാരിക്കാമെന്ന നിലയിലായി. "മേരീ," ഞാൻ വിളിച്ചു. "എന്റെ സ്വന്തം കൊച്ചുമേരീ! ഞാനവളെ ശക്തമായി എന്റെ മാറോടണച്ചു ചേർത്തുപിടിച്ചു. ഗദ്ഗദത്താൽ എന്റെ മാറിടം പൊങ്ങുകയും താഴുകയും ചെയ്തുകൊണ്ടിരുന്നു. അവൾ ചെറുതായൊന്നു കരഞ്ഞു. എന്നിട്ടു പറഞ്ഞു: "ഹോ, നിങ്ങളെന്നെ നോവിക്കുന്നു, സർ."

"സർ" അവളെന്നെ കണ്ടിട്ട് ഏതാണ്ട് ഒരു കൊല്ലം കഴിഞ്ഞു കാണും; പാവം കുഞ്ഞ്! അവളെന്റെ മുഖം, വാക്കുകൾ, സ്വരം എല്ലാം മറന്നുകഴിഞ്ഞിരിക്കുന്നു. ഈ താടിരോമത്തോടെ, ഈ വേഷത്തോടെ, വിളർച്ച ബാധിച്ച ഈ ശരീരത്തോടെ പിന്നെ ആർക്കാണ് എന്നെ തിരിച്ചറിയാൻ കഴിയുക?

എന്ത്! ആ ഓർമ്മയിൽ നിന്ന് അതു മാഞ്ഞുപോയെന്നോ! ജീവിച്ചിരിക്കുമെന്ന് ഞാനാഗ്രഹിച്ച ആ ഏക ഓർമ്മയിൽ നിന്ന്! കഷ്ടം! ഇനിമേൽ ഞാനൊരു അച്ഛനല്ലാതായിക്കഴിഞ്ഞിരിക്കുന്നു. കുഞ്ഞുങ്ങളുടെ ഭാഷയിൽ അങ്ങേയറ്റം മധുരതരമായ ആ വാക്ക് കേൾക്കാതിരിക്കാൻ ഞാൻ ശിക്ഷിക്കപ്പെട്ടിരിക്കുന്നു. "പപ്പാ" എന്ന ആ വാക്ക് പുരുഷന്മാരുടെ ഭാഷയിൽ ഇനി അവശേഷിക്കില്ലേ?

ഒരിക്കൽക്കൂടി, ഒരിക്കൽക്കൂടി മാത്രം, ആ മധുരവാക്ക് ആ അമൃത വക്ത്രത്തിൽ നിന്ന് കേട്ടെങ്കിൽ! അവരെടുക്കുന്ന എന്റെ നാല്പതുകൊല്ലത്തെ ജീവന് പ്രതിഫലമായി എനിക്കാകെ ആവശ്യപ്പെടാനുള്ളത് അതുമാത്രമാണ്.

"നോക്കൂ മേരീ," അവളുടെ കൊച്ചു കരങ്ങൾ ചേർത്തു പിടിച്ചുകൊണ്ട് ഞാൻ പറഞ്ഞു: "ഹോ, ഒട്ടുമില്ല."

"എന്നെ നന്നായി നോക്കൂ." ഞാൻ ആവർത്തിച്ചു. "എന്ത്! ഞാനാരാണെന്ന് നിനക്കറിയില്ലെന്നോ?"

"അതെ സർ," അവൾ പറഞ്ഞു. "നിങ്ങളൊരു മാന്യനാണ്."

കഷ്ടം! ഭൂമിയിലെ ഒരു ജീവിയെ സ്നേഹിക്കുക; ആ ജീവി നിങ്ങളുടെ മുന്നിലുണ്ടായിരിക്കുക; ആ വ്യക്തി നിങ്ങളെ കാണുകയും നിങ്ങളുടെ നേരെ നോക്കുകയും സംസാരിക്കുകയും നിങ്ങൾക്കു മറുപടി തരികയും ചെയ്യുക; എന്നിട്ടും നിങ്ങളെ അറിയാതിരിക്കുക! ഈ ജീവിയിൽ നിന്നു മാത്രമായാണ് നിങ്ങൾ സാന്ത്വനത്തിനു വേണ്ടി കൊതിക്കുന്നത്. മരിക്കാൻ പോവുകയാണ് എന്ന കാരണത്താലാണ് നിങ്ങളിങ്ങനെ ആവശ്യപ്പെടുന്നത് എന്നറിയാത്ത ഏക വ്യക്തിയും ഇതുതന്നെയാണ്.

"മേരീ," ഞാൻ തുടർന്നു, "നിനക്ക് പപ്പയുണ്ടോ?"

"ഉണ്ട്, സർ," കുട്ടി പറഞ്ഞു.

"എങ്കിൽ കൊള്ളാം, ഓമനേ. അദ്ദേഹം എവിടെയാണ്?"

അവൾ ആശ്ചര്യത്തോടെ വിശാലമായ കണ്ണുകളുയർത്തി:

"ഓഹോ, അപ്പോൾ നിങ്ങൾക്കറിയില്ല, അല്ലേ സർ? പപ്പ മരിച്ചു പോയി."

അവൾ കരയാൻ തുടങ്ങി. ആ കൊച്ചുമാലാഖ എന്റെ കയ്യിൽ

നിന്നു വീണില്ലെന്നേയുള്ളൂ.

"മരിച്ചുപോയി!" ഞാൻ അന്തം വിട്ടു. "മേരീ, മരിക്കുക എന്നാൽ എന്താണെന്ന് നിനക്കറിയാമോ?"

"അറിയാം, സർ" അവൾ പറഞ്ഞു. "അദ്ദേഹം ഭൂമിയിലും സ്വർഗ്ഗത്തിലുമാണ്." സ്വന്തം ഇഷ്ടത്തിന്നനുസരിച്ച് അവൾ തുടർന്നു, "മമ്മയുടെ മടിയിലിരുന്ന് രാവിലെയും വൈകന്നേരവും അദ്ദേഹത്തിനുവേണ്ടി ഞാൻ ദൈവത്തോടു പ്രാർത്ഥിക്കുന്നു."

ഞാനവളെ നെറ്റിയിൽ ചുംബിച്ചു. "മേരീ, നിന്റെ പ്രാർത്ഥന എനിക്കു ചൊല്ലിത്തരൂ."

"എനിക്കതിനു കഴിയില്ല, സർ. പകൽ സമയത്തിന് ഇടയ്ക്കു വെച്ച് പ്രാർത്ഥന ചെല്ലിക്കൂടാ. ഇന്നു രാത്രി എന്റെ വീട്ടിലേക്കു വരൂ. അപ്പോൾ ഞാനതു ചൊല്ലുന്നത് നിങ്ങൾക്കു കേൾക്കാം."

അവൾ വേണ്ടതിലധികം പറഞ്ഞു. ഞാൻ ഇടയ്ക്കു കയറി പറഞ്ഞു?

"പ്രിയപ്പെട്ട മേരീ, നിന്റെ പപ്പ ഞാനാണ്."

"നിങ്ങൾ!" അവൾ പ്രതിവചിച്ചു.

ഞാൻ കൂട്ടിച്ചേർത്തു: "ഞാൻ നിന്റെ പപ്പയാകുന്നത് നിനക്കിഷ്ടമല്ലേ?"

കുട്ടി മുഖം തിരിച്ചു. "അല്ല, സർ. എന്റെ പപ്പയ്ക്കു ഇനിനേക്കാൾ ഭംഗിയുണ്ടായിരുന്നു."

ഞാനവളെ കണ്ണീരുകൊണ്ടും ചുംബനങ്ങൾകൊണ്ടും മൂടി. അവൾ കരഞ്ഞുകൊണ്ട് എന്റെ കൈകളിൽ നിന്ന് കുതറി രക്ഷപ്പെടാൻ ശ്രമിച്ചു.

"സർ, നിങ്ങളുടെ താടിരോമം തട്ടി എനിക്കു നോവുന്നു." പിന്നീട് ഞാനവളെ വീണ്ടും മടിയിലെടുത്തു വെച്ചു. അവളെ ആർത്തിയോടെ കണ്ണുകൾ കൊണ്ടുഴിഞ്ഞ് ഞാൻ തുടർന്നു:

"മേരീ, നിനക്ക് വായിക്കാനറിയാമോ?"

"അറിയാം," അവൾ പറഞ്ഞു. "എനിക്ക് വളരെ നന്നായി വായിക്കാൻ കഴിയും. മമ്മയാണ് എനിക്ക് അക്ഷരങ്ങൾ വായിക്കാൻ പഠിപ്പിച്ചു തരുന്നത്."

"എങ്കിൽ കൊള്ളാം. എനിക്കു കുറച്ചു വായിച്ചു തരൂ." അച്ചടിച്ച് ഒരു കടലാസ്സിലേക്കു വിരൽചൂണ്ടി ഞാൻ പറഞ്ഞു. ഓമന കൈകളിലൊന്നിൽ ചുരുട്ടിപ്പിടിച്ചിരിക്കുകയായിരുന്നു അവൾ ആ കടലാസ്.

അവൾ ചന്തമുള്ള തലയാട്ടിക്കൊണ്ടു പറഞ്ഞു:

"അയ്യോ! എനിക്കു കുട്ടിക്കഥകൾ മാത്രമേ വായിക്കാനറിയൂ."

"എങ്കിലും ശ്രമിച്ചു നോക്കൂ, എന്റെ പൊന്നേ. കാണട്ടെ, കൈ തുറക്കൂ."

അവൾ കടലാസ് ചുരുൾ നിവർത്തി, വിരൽതൊട്ടുകൊണ്ട് ഉച്ചരിക്കാൻ തുടങ്ങി: "ശി ക് ഷാ - ശിക്ഷാ- വി ധി - ശിക്ഷാവിധി." അവളുടെ കൈകളിൽ നിന്ന് കടലാസ് ഞാൻ തട്ടിപ്പറിച്ചെടുത്തു. എന്റെ വധശിക്ഷാവിധിയാണ് അവളെനിക്കു വായിച്ചു കേൾപ്പിക്കുന്നത്!

അവളുടെ പരിചാരിക ഒരു പെനി വില കൊടുത്തു വാങ്ങിയതായിരുന്നു ആ കടലാസ്. എന്നെ സംബന്ധിച്ചിടത്തോളം അതിന് കൂടുതൽ വിലമതിക്കും.

എനിക്കനുഭവപ്പെട്ട മനോവികാരം വാക്കുകളെക്കൊണ്ട് സംക്രമിപ്പിക്കാനാവില്ല. എന്റെ പ്രക്ഷുബ്ധഭാവം കുഞ്ഞിനെ സംഭ്രമിപ്പിച്ചിരുന്നു. അവൾ കരച്ചിലിന്റെ വക്കിലെത്തി.

പൊടുന്നനെ അവളെന്നോടു പറഞ്ഞു:

"എന്റെ കടലാസ് തരിച്ചുതരൂ. എനിക്ക് അതുകൊണ്ടു കളിക്കണം!" ഞാനവളെ പരിചാരികയെ തിരികെയേല്പിച്ചു.

"അവളെ ഇവിടെനിന്നും കൊണ്ടുപോകൂ! നൈരാശ്യത്തോടെ മ്ലാനവദനനായി തളർന്ന് ഞാൻ കസേരയിൽ ഇരുന്നുപോയി! ഇനി അവർ വന്നേക്കാം. കൂടുതലൊന്നും ഞാൻ ശ്രദ്ധിക്കുന്നില്ല. എന്റെ ഹൃദയത്തിന്റെ അവസാന തന്തുവും പൊട്ടിയിരിക്കുന്നു.

നാല്പത്തിരണ്ട്

ആ പുരോഹിതൻ ദയാലുവാണ്; അതുപോലെത്തന്നെ ആ ജയിലറും. എന്റെ കുഞ്ഞിനെ ഞാൻ പറഞ്ഞയച്ചപ്പോൾ അവരുടെ കണ്ണുകളിൽ നിന്ന് അശ്രുക്കൾ അടർന്നുവീണു.

അതു നിറവേറ്റപ്പെട്ടിരിക്കുന്നു. ഇനി ഞാനെന്റെ മനസ്സിനെ സ്വയം ശക്തിപ്പെടുത്തണം. ആരാച്ചാർ, കുതിരവണ്ടി, ഭടന്മാർ, തെരുവിലെ ജനക്കൂട്ടം, ജനാലക്കൽ എന്നിവയെക്കുറിച്ച് ചാഞ്ചല്യമില്ലാതെ ചിന്തിക്കണം.

ഈ ചിന്തകളുമായി പഴകാൻ എനിക്കിനിയും ഒരു മണിക്കൂറുണ്ട്. എല്ലാ ആളുകളും ചിരിക്കുകയും കയ്യടിക്കുകയും ആരവം മുഴക്കുകയും ചെയ്യും. എങ്കിലും ഇപ്പോൾ സ്വതന്ത്രരും ജയിലർമാർക്ക് പരിചയമില്ലാത്തവരും വധശിക്ഷയെന്ന കാഴ്ച കാണാൻ ആഹ്ലാദത്തോടെ ഓടിയടുക്കുന്നവരുമായ ആ ആൾക്കാർക്കിടയിൽ, കഴുമരത്തിലേക്കു അധികം താമസിയാതെയോ പിന്നീടോ എന്നെ പിന്തുടരാൻ വിധിക്കപ്പെട്ട ഒന്നിൽ കൂടുതൽ പേർ ഉണ്ട്.

ഇന്ന് ഇവിടെ എന്റെ പേരിൽ കൂടിയിരിക്കുന്ന ഒന്നിൽ കൂടുതൽ പേർ, അനന്തരം അയാളുടെ സ്വന്തം പേരിൽ ഇവിടെ വരും.

നാല്പത്തിമൂന്ന്

എന്റെ കൊച്ചുമേരി. അവൾ കളിക്കാൻ പോയിരിക്കുന്നു. വാഹനജാലകത്തിലൂടെ അവൾ ആൾക്കൂട്ടത്തിലേക്കു നോക്കും. ഈ "മാന്യനെക്കുറിച്ച്" അവളൊട്ടും ചിന്തിക്കുകയില്ല. അവൾക്കുവേണ്ടി ഏതാനും പേജുകൾ എഴുതാൻ ഒരുപക്ഷേ, എനിക്കിനിയും സമയമുണ്ടായേക്കാം. അങ്ങനെയാവുമ്പോൾ ഇവിടുന്നങ്ങോട്ട് പതിനഞ്ചു കൊല്ലങ്ങൾക്കു ശേഷം അവൾക്കത് വായിച്ച് ഇന്നത്തെ ദുഃഖത്തെച്ചൊല്ലി കരയാമല്ലോ. അതെ. എന്റെ ചരിത്രം എന്നിൽ നിന്നുതന്നെ അവൾക്കറിയാൻ കഴിയും. എന്റെ പേര് എന്തുകൊണ്ട് കളങ്കപ്പെട്ടു എന്നും അവൾക്കറിയാനാവും."

നാല്പത്തിനാല്

എന്റെ ചരിത്രം

(കുറിപ്പ്: ഇതിനു തൊട്ടുശേഷമുള്ള പേജുകൾ കണ്ടെടുക്കപ്പെട്ടിട്ടില്ല. ഒരു പക്ഷേ, ഇനിയത്തെ അദ്ധ്യായം സൂചിപ്പിക്കുന്നതു പോലെ, വധശിക്ഷയക്കു വിധിക്കപ്പെട്ട ആൾക്ക് തന്റെ ചരിത്രം എഴുതാൻ സമയം ലഭിച്ചിരുന്നില്ല. കാരണം, അതിനെക്കുറിച്ച് അയാൾ ചിന്തിക്കുമ്പോഴേക്കും സമയം വല്ലാതെ വൈകിപ്പോയിരുന്നു.)

നാല്പത്തിയഞ്ച്

ടൗൺഹാളിലെ ഒരു മുറിയിൽ നിന്ന്

ടൗൺഹാൾ: അതെ, ഞാനിവിടെയാണ്. മനംമടുപ്പിക്കുന്ന യാത്ര അവസാനിച്ചിരിക്കുന്നു. വധശിക്ഷ നിറവേറ്റാനുള്ള സ്ഥലം എന്റെ മുന്നിലുണ്ട്. ജനാലയ്ക്കു താഴെ ചിരിക്കുകയും ഒച്ചയിടുകയും ചെയ്യുന്ന ഭീകരജനക്കൂട്ടം. അവർ എന്റെ ആഗമനത്തിനു വേണ്ടി കാത്തുനിൽക്കുകയാണ്. സമചിത്തത നിലനിർത്താനുള്ള എന്റെ ശ്രമം വൃഥാവിലായി. ജനക്കൂട്ടത്തിന്റെ തലകൾക്കു മുകളിൽ ഭയാനകമായ ഒരു കഴുമരം കണ്ടപ്പോൾ എന്റെ ഹൃദയം സ്തംഭിച്ചുപോയി. എന്റെ അവസാന പ്രഖ്യാപനം നടത്താൻ ഞാൻ ആഗ്രഹം പ്രകടിപ്പിച്ചു. അതുകൊണ്ടാണ് അവർ എന്നെ ഇവിടെ കൊണ്ടുവന്നത്. പ്രഖ്യാപനം സ്വീകരിക്കാൻ ഒരു നിയമ ഉദ്യോഗസ്ഥന് ആളെ അയച്ചിട്ടുണ്ട്. ഞാനിപ്പോൾ അദ്ദേഹത്തെ കാത്തിരിക്കുകയാണ്. ഇപ്രകാരം വളരെയേറെ ചെയ്തു കഴിഞ്ഞിരിക്കുന്നു. കോൺസീർജറി ജയിലിൽ നിന്ന് എന്നെ മാറ്റിയ ശേഷം സംഭവിച്ചത് ഇനി പറയുന്നു:

മൂന്നുമണിക്ക്, സമയം ആയെന്ന് എന്നോടു പറയാൻ അവർ വന്നു കഴിഞ്ഞ ആറു മണിക്കൂറിലും ആറ് ആഴ്ചയിലും ആറ് മാസത്തിലും എന്തിനെയൊക്കെയോകുറിച്ച് ചിന്തിച്ചിരുന്നാലെന്നപോലെ ഞാൻ വിറച്ചു. തീരെ അപ്രതീക്ഷിതമായ ചിലതിന്റെ ഫലം അതെന്നിലുളവാക്കി. അവരെന്നെ ഇടനാഴിയിലൂടെ നടത്തി. കോണികൾ ഇറങ്ങി ഉയരം കുറഞ്ഞ ഒരു വാതിലിലൂടെ അവരെന്നെ പേടിപ്പെടുത്തുന്ന ഒരു മുറിയിലേക്കു തള്ളിയാക്കി. ഇടുങ്ങിയതും കമാനാകൃതിയിലുള്ളതുമായ ആ മുറിയിൽ അന്നത്തെ മഴയും മൂടൽമഞ്ഞും മൂലം കഷ്ടിച്ചേ വെളിച്ചമുണ്ടായിരുന്നുള്ളൂ. നടുവിലിട്ടിരുന്ന കസേരയിൽ അവരുടെ ഇഷ്ടത്തിന്നനുസരിച്ച് ഞാനിരുന്നു. ചില ആൾക്കാർ വാതിൽക്കൽ നില്പ്പുണ്ടായിരുന്നു. പുരോഹിതന്റെയും ഭടന്മാരുടെയും അരികെ മൂന്നു പേരുണ്ടായിരുന്നു. ഇവരിൽ ഒന്നാമത്തെയാൾ കൂട്ടത്തിൽ ഏറ്റവും പൊക്കം കൂടിയവനും പ്രായമേറിയവനുമാണ്. ബലിഷ്ഠനായ അയാളുടേത് ചുവന്ന മുഖമാണ്. ഇതാണ് അവൻ.

ഇതാണ് ആരാച്ചാർ-ഗില്ലറ്റിന്റെ സേവകൻ. മറ്റുള്ളവർ അയാ

ളുടെ സേവകരാണ്. ഞാൻ ഇരുന്നപ്പോൾ ഈ ആൾക്കാർ എന്റെ പിറകിലേക്ക് ഒച്ചയുണ്ടാക്കാതെ നടന്നുവന്നു. പെട്ടെന്ന് എന്റെ തലമുടിയിൽ ഉരുക്കിന്റെ തണുപ്പ് അനുഭവപ്പെട്ടു. കത്രികയുടെ കറകറാ പ്രവർത്തന ശബ്ദം ഞാൻ കേട്ടു. അശ്രദ്ധയോടെ വെട്ടിയ തലമുടി എന്റെ തോളിൽ കനത്ത ചുരുളുകളായി വീണു. ആരാച്ചാർ തന്റെ പരുക്കൻ കൈകൊണ്ട് അവ പതുക്കെ നീക്കിക്കളഞ്ഞു.

മുറിയിലെ സംഘങ്ങൾ അടക്കിപ്പിടിച്ച സ്വരത്തിലാണ് സംസാരിച്ചത്. പുറത്തുനിന്ന് കനമേറിയ മന്ദശബ്ദം വന്നു. അത് പുഴയുണ്ടാക്കിയ ശബ്ദമാണെന്നാണ് ഞാൻ ആദ്യം സങ്കല്പിച്ചത്. എന്നാൽ ഉച്ചത്തിലുള്ള ചിരി അത് ജനക്കൂട്ടത്തിൽ നിന്നു വന്നതാണെന്ന് എന്നെ താമസിയാതെ ബോധ്യപ്പെടുത്തി.

തന്റെ പോക്കറ്റു പുസ്തകത്തിൽ ഒരു പെൻസിൽ കൊണ്ട് എഴുതിയിരുന്ന, ജനാൽക്കൽ നിന്നിരുന്ന, ഒരു ചെറുപ്പക്കാരൻ ഇപ്പോഴത്തെ പ്രവൃത്തിയുടെ പേരെന്താണെന്ന് ചോദിച്ചു. “തൂക്കിലേറുന്നവന്റെ ചമയിക്കൽ” എന്നായിരുന്നു യുവാവിനു ലഭിച്ച മറുപടി. നാളത്തെ ദിനപത്രത്തിന് റിപ്പോർട്ട് തയ്യാറാക്കുകയാണ് അയാളെന്ന് ഇതിൽ നിന്ന് ഞാൻ മനസ്സിലാക്കി. സേവകരിൽ ഒരാൾ എന്റെ അരച്ചട്ട അഴിച്ചുമാറ്റി. മറ്റൊരാൾ എന്റെ കൈകൾ പിടിച്ചു പിറകിലേക്കു വെച്ചു. എന്റെ കണങ്കൈകളിൽ സാവധാനം ഒരു ചരട് ചുറ്റിവരിഞ്ഞു. കെട്ടുമുറുകുന്നതായി എനിക്ക് അനുഭവപ്പെട്ടു. അതേ സമയം വേറെ ഒരാൾ എന്റെ കഴുത്തുപട്ട അഴിച്ചെടുത്തു. എന്റെ ലിനൻ-മുൻകാലങ്ങളിലെ ഏക അവശിഷ്ടം-അതിവിശിഷ്ടമായ ഗുണനിലവാരം പുലർത്തിയിരുന്നതിനാൽ ഒരു നിമിഷം അതയാളിൽ വൈമനസ്യം ഉളവാക്കി. എങ്കിലും ഒടുവിൽ അയാൾ കോളർ മുറിച്ചു മാറ്റാൻ തുടങ്ങി.

ഭീകരമായ ഈ തയ്യാറെടുപ്പുമൂലവും ഉരുക്ക് എന്റെ കഴുത്തിൽ സ്പർശിക്കുന്ന അനുഭൂതിമൂലവും ഒരു വിറ എന്റെ ശരീരത്തിലൂടെ കടന്നുപോയി. ശ്വാസം മുട്ടിയ ഒരു ആർത്തനാദം എന്നിൽ നിന്നു പുറപ്പെട്ടു. അയാളുടെ കൈ വിറച്ചു.

“സർ,” അയാൾ പറഞ്ഞു, “ക്ഷമിക്കണം. ഞാൻ നിങ്ങളെ നോവിച്ചെന്നു തോന്നുന്നു.”

ജനങ്ങൾ തെരുവിൽ ഉച്ചത്തിൽ ആക്രോശിച്ചുകൊണ്ടിരുന്നു. പൊക്കമേറിയ, ചുവന്ന മുഖമുള്ള ഒരാൾ വിനീഗറിൽ മുക്കിയ ഒരു

തൂവാല എനിക്കു ശ്വസിക്കാൻ തന്നു.

“നന്ദി,” എന്നെക്കൊണ്ടു കഴിയാവുന്നത്ര ദൃഢമായ സ്വരത്തിൽ ഞാൻ പറഞ്ഞു, “ഇതിന്റെ ആവശ്യമില്ല. എന്റെ സ്ഥിതി ഭേദപ്പെട്ടു.”

പിന്നീട് ഒരാൾ കുനിഞ്ഞുനിന്ന് എന്റെ കണങ്കാലുകളിൽ ചെറിയൊരു ചരടു കെട്ടി. ഇതെന്റെ ചുവടുവെയ്പുകളെ പരിമിതപ്പെടുത്തി. ഇതെന്റെ കണങ്കൈകളിലെ ചരടിനോടു വീണ്ടും ബന്ധിപ്പിച്ചു. ഒടുവിൽ, ഉയരം കൂടിയ ആൾ എന്റെ ജാക്കറ്റ് എന്റെ തോളിലേക്കെറിഞ്ഞു. മുന്നിൽ കുപ്പായക്കൈ ബന്ധിച്ചു. ഇപ്പോൾ എല്ലാം പൂർത്തിയായി.

തുടർന്ന് പുരോഹിതൻ യേശുവിന്റെ രൂപമുള്ള കുരിശുമായി അരികിലേക്കു വന്നു.

“വരൂ, മകനേ,” അയാൾ പറഞ്ഞു.

സേവകർ എന്നെ കൈപിടിച്ച് എഴുന്നേല്പിച്ചു. ഞാൻ നടന്നെങ്കിലും എന്റെ ചുവടുവെയ്പുകൾ ദുർബ്ബലവും ഇടറുന്നതുമായിരുന്നു. ഈ സമയം മടക്കവാതിലുകൾ വലിച്ച് തുറക്കപ്പെട്ടു. ക്രോധാവേശം നിറഞ്ഞ ഒരു ഇരമ്പൽ ശബ്ദവും കുളിരുള്ള ഒരിളംകാറ്റും ശക്തമായ ഒരു വെളുത്ത വെളിച്ചവും നിഴലിൽ എന്റെ അരികിലെത്തി. ഇരുട്ടു നിറഞ്ഞ മുറിയുടെ ആധിക്യത്തിൽ നിന്ന്, പ്രതീക്ഷാനിർഭരമായ ജനക്കൂട്ടത്തിന്റെ ആർത്തുവിളിക്കുന്ന ഒരായിരം തലകളെ മഴയിലൂടെ ഞാൻ കണ്ടു. കവാടത്തിന്റെ വലതു വശത്ത് കുതിരപ്പുറമേറിയ ഭടന്മാരുടെ ഒരു നിര; മുന്നിൽ സൈനികരുടെ ഒരു വിഭാഗം. ഒരു ജയിൽ കവാടത്തിന്റെ ഉചിതമായ ചട്ടക്കൂടോടു കൂടിയ ബീഭത്സമായ ഒരു ചിത്രം.

എന്റെ ധൈര്യം സംഭരിച്ചുവെച്ചിരുന്നത് ഈ സ്വപ്നനിമിഷത്തിനുവേണ്ടിയായിരുന്നു. ഞാൻ ഏതാനും ചുവടുകൾ മുന്നോട്ടുവെച്ച് ഉമ്മറപ്പടിയിൽ പ്രത്യക്ഷപ്പെട്ടു.

“അതാ അവൻ! അതാ അവൻ!” ജനം വിളിച്ചു കൂവി. “ഒടുവിൽ അവൻ പുറത്തുവന്നിരിക്കുന്നു!” എന്റെ തൊട്ടരികിലുണ്ടായിരുന്നവർ കയ്യടിച്ചു. ജനങ്ങൾക്ക് ഒരു രാജാവിനോടു എത്രയേറെ സ്നേഹമുണ്ടെങ്കിലും ഇതിനേക്കാൾ വലിയൊരു അഭിവാദ്യം ലഭിച്ചിരിക്കാനിടയില്ല.

പൊക്കം കൂടിയ ആളാണ് ആദ്യം വണ്ടിയിൽ കയറിയത്. “സുപ്രഭാതം മിസ്റ്റർ സാംപ്സൺ!” വിളക്കുകാലുകളിൽ തൂങ്ങിപ്പിടിച്ചു കിടന്നിരുന്ന കുട്ടികൾ ഉച്ചത്തിൽ പറഞ്ഞു. മുന്നിലെ ഇരിപ്പിടത്തിൽ ആ രണ്ടു പേർ ഇരിക്കവെ കുട്ടികൾ വിളിച്ചുപറഞ്ഞു. “ഭേഷ്, ചൊവ്വാഴ്ച”

ഇപ്പോൾ എന്റെ ഊഴമെത്തിക്കഴിഞ്ഞു. ഉറച്ച കാൽവെപ്പോടെ ഞാൻ കയറി.

“അതിലേക്ക് അയാൾ ഒരു കുഴപ്പവും കൂടാതെ പോകുന്നു!” ഭടന്മാരുടെ അരികിൽ നിന്നിരുന്ന ഒരു സ്ത്രീ പറഞ്ഞു.

നിഷ്ഠുരമായ സ്തുതി എനിക്കു ധൈര്യം നൽകി. പുരോഹിതൻ എന്റെ അരികിലാണ് ഇരുന്നത്. അവരെന്നെ ഇരുത്തിയത് ഏറ്റവും പിൻഭാഗത്തെ ഇരിപ്പിടത്തിലാണ്. എന്റെ പിൻഭാഗം ജനക്കൂട്ടത്തിന് അഭിമുഖമായി. അവസാന പരിചരണത്തിൽ ഞാൻ ഞെട്ടിത്തരിച്ചു. അതിൽ മനുഷ്യത്വത്തിന്റെ മിശ്രിതമുണ്ട്.

ഞാൻ ചുറ്റുഭാഗം നോക്കാൻ ആഗ്രഹിച്ചു. മുന്നിലും പിന്നിലും ഭടന്മാർ. പിന്നെ ജനക്കൂട്ടം! ജനക്കൂട്ടം! തെരുവിൽ തലകളുടെ ഒരു കടൽ. ഓഫീസർ നിർദ്ദേശം നൽകി. ജനക്കൂട്ടത്തിൽ നിന്നുള്ള ആർപ്പുവിളിയാൽ തള്ളപ്പെട്ടതു പോലെ ഘോഷയാത്ര മുന്നോട്ടു നീങ്ങി.

“അഭിനന്ദനങ്ങൾ! അഭിനന്ദനങ്ങൾ!” ഒരു രാജാവിനുള്ളതെന്ന പോലെ ആയിരം ശബ്ദങ്ങൾ ഒന്നിച്ചു വിളിച്ചു പറഞ്ഞു. അതിഭീകരമാം വിധം ഞാൻ എന്നോടു തന്നെ ചിരിച്ചു. എന്നിട്ട് പുരോഹിതനോടു പറഞ്ഞു: “അവരുടെ അഭിനന്ദനം-എന്റെ തല.”

മദ്യശാലകൾ നിറഞ്ഞ ഒരു തെരുവിലൂടെ ഞങ്ങൾ കടന്നുപോയി. മദ്യശാലയുടെ മുൻവശം കാണികളെക്കൊണ്ട് തിങ്ങിനിറഞ്ഞിരുന്നു. അവർ നല്ല കാഴ്ചകൾ, പ്രത്യേകിച്ച് സ്ത്രീകളെ, കണ്ട് ആസ്വദിക്കുകയായിരുന്നുവെന്നു തോന്നുന്നു.

മേശകളും കസേരകളും വണ്ടികളും വാടകയ്ക്കു കൊടുത്തിരുന്നവരും അവിടെയുണ്ടായിരുന്നു. മനുഷ്യജീവനെ കച്ചവടം ചെയ്യുന്ന ഇവർ വിളിച്ചുപറഞ്ഞുകൊണ്ടിരുന്നു: “ആരാണ് കാഴ്ച കാണാൻ ഇഷ്ടപ്പെടുന്നത്?”

ഈ നികൃഷ്ടർക്കെതിരായി വിചിത്രമായ ഒരു ക്രോധം എ

ന്നെ പിടികൂടി. ഞാനവരോടു ഇപ്രകാരം ഒച്ചയിടാൻ ആഗ്രഹിച്ചു: "എന്റെ ഈ കാഴ്ച കാണാൻ ആഗ്രഹിക്കുന്നുവോ?"

ഘോഷയാത്ര അപ്പോഴും മുന്നോട്ടു നീങ്ങിക്കൊണ്ടിരുന്നു. ഓരോ ചുവടുവെയ്പിലും പിൻഭാഗത്തെ ജനക്കൂട്ടം പിരിഞ്ഞുപോയിക്കൊണ്ടിരുന്നു. എന്നാൽ അവർ കുറച്ചുകൂടി അകലെ കൂട്ടംകൂടിയിരിക്കുന്നതായി ഞാനെന്റെ അലഞ്ഞുതിരിയുന്ന കണ്ണുകൾ കൊണ്ടു കണ്ടു. മറ്റൊരു തവണകൂടി കാണുന്നതിനുവേണ്ടിയായിരുന്നു ഇത്. അന്തരീക്ഷത്തെ ഒരു ചിലന്തിവല പോലെ മറച്ച മൂടൽ മഞ്ഞും നേരിയ മഞ്ഞുമഴയും ഉണ്ടായിരുന്നിട്ടുപോലും എനിക്കു ചുറ്റും കടന്നുപോയ ഒന്നും എന്റെ ദൃഷ്ടിയിൽ പെടാതെ രക്ഷപ്പെട്ടിട്ടില്ല എന്നത് എങ്ങനെയെന്ന് എനിക്കറിയില്ല. ഓരോ വിശദാംശവും അതിന്റേതായ പീഡനം വരുത്തിവെച്ചു. എന്റെ മനോവികാരങ്ങൾ പ്രകാശിപ്പിക്കുന്നതിൽ വാക്കുകൾ പരാജയപ്പെടുന്നു. ഞാൻ മോഹാലസ്യപ്പെട്ടു വീഴുമോ എന്നായിരുന്നു എന്റെ ഏറ്റവും വലിയ ഭയം. ഒടുവിലത്തെ ദുരഭിമാനം! പുരോഹിതനോടൊഴികെ മറ്റെല്ലാവരോടും അന്ധനും ബധിരനുമായി സ്വയം ആശയക്കുഴപ്പത്തിലകപ്പെടാൻ ഞാൻ ഉദ്യമിച്ചു. പുരോഹിതന്റെ വാക്കുകൾ കോലാഹലത്തിന്നിടയിൽ വിരളമായേ കേട്ടിരുന്നുള്ളൂ. ഞാൻ കുരിശുരൂപമെടുത്ത് ചുംബിച്ചു.

"എന്നിൽ കരുണയുണ്ടാവണമേ," ഞാൻ പ്രാർത്ഥിച്ചു. "ഹോ, എന്റെ ദൈവമേ!"

ഈ ചിന്തയിൽ അടിമുടി മുഴുകാൻ ഞാൻ ശ്രമിച്ചു.

എന്നാൽ വണ്ടിയുടെ ഓരോ കുലുക്കവും എന്നെ അലോസരപ്പെടുത്തി. മഴ എന്റെ വസ്ത്രത്തെ തുളച്ചു കയറിയിരുന്നതിനാൽ എനിക്ക് വളരെയേറെ കുളിരനുഭവപ്പെട്ടു. എന്റെ തലയിൽ തൊപ്പി ഉണ്ടായിരുന്നതുമില്ല.

"മകനേ, നീ തണുത്തു വിറയ്ക്കുകയാണോ?" പുരോഹിതൻ ആരാഞ്ഞു.

"അതെ" ഞാൻ പറഞ്ഞു. "അയ്യോ! തണുപ്പു കൊണ്ടു മാത്രമല്ല."

പാലത്തിന്റെ തിരിവിൽ വെച്ച്, ഞാൻ വളരെ ചെറുപ്പമാണെന്നതിൽ സ്ത്രീകൾ സഹതാപം പ്രകടിപ്പിച്ചു. ഞങ്ങൾ നിർണ്ണായ

കമായി ആ പാതാറിന്നടുത്തെത്തി. എന്റെ കേൾവിയും കാഴ്ചശക്തിയും ക്ഷയിക്കുന്നതായി തോന്നി. ജനാൽക്കൽ, വാതിൽക്കൽ, കടയുടെ മുന്നിൽ, വിളക്കുകാലിന്മേൽ ഉള്ള ആ ശബ്ദങ്ങൾ, ആ തലകൾ; രക്തത്തിനു ദാഹിക്കുന്ന ക്രൂരമനസ്കരായ ഈ കാഴ്ചക്കാർ; എന്നെ എല്ലാവരും അറിയുന്നു, ഞാൻ ആരെയും അറിയാത്ത ഈ ജനക്കൂട്ടം; മനുഷ്യരൂപങ്ങളിൽ നിറഞ്ഞു കവിഞ്ഞ ഈ പാത-ഞാൻ അങ്കലാപ്പിലായിരിക്കുന്നു. എന്റെ മേൽ തറച്ചിരിക്കുന്ന ഭാരമേറിയ നിരവധി നോട്ടങ്ങളിൽ താങ്ങാനാവാത്തതായി എന്തോ ഉണ്ട്. ഇരിപ്പിടത്തിൽ എന്റെ സ്ഥാനം കഷ്ടിച്ചേ എനിക്ക് ഉറപ്പിക്കാൻ കഴിയുന്നുള്ളൂ. പുരോഹിതൻ പറയുന്നത് ശ്രദ്ധിക്കാൻ കഴിയുന്നില്ല. എന്നെ വലയം ചെയ്തിരിക്കുന്ന കോലാഹലത്തിൽ, സംതൃപ്തിയിൽ നിന്നുണ്ടാകുന്ന സഹതാപത്തിന്റെ ഉദീരണങ്ങളോ പരാതിയിൽ നിന്നുണ്ടാകുന്ന ചിരിയുടെ ശബ്ദങ്ങളോ പിന്നീട് തിരിച്ചറിഞ്ഞില്ല. പിച്ചളയുടെ മുഴക്കം പോലെ എല്ലാം കൂടി എന്റെ ചെവിയിൽ ഒരു ഒച്ച രൂപപ്പെട്ടു.

കടകളിന്മേൽ എഴുതിയ പേരുകൾ യാന്ത്രികമായി എന്റെ കണ്ണുകൾ വായിച്ചു.

ആസന്നമായിക്കൊണ്ടിരുന്ന ഒന്നിലേക്കു തിരിഞ്ഞു നോക്കാൻ ഒരിക്കലെനിക്ക് വേദനാജനകമായ ഒരു ജിജ്ഞാസ ഉദിച്ചു.

അത് അവസാനത്തെ മാനസിക സാഹസമായിരുന്നു. പക്ഷേ, ശരീരം അതിന് വഴങ്ങിയില്ല. കാരണം, എന്റെ കഴുത്ത് മരവിച്ചിരിക്കുന്നു. എനിക്കതു തിരിക്കാൻ കഴിഞ്ഞില്ല.

കുതിരവണ്ടി പോയിക്കൊണ്ടേയിരുന്നു. കടകൾ പിന്നിട്ടു പോയി. കടകളുടെ പേരെഴുതിയ പലകകൾ ഒന്നിനൊന്നു പിൻതുടർന്നു-എഴുതപ്പെട്ടതും ചായം തേച്ചതും അലങ്കരിച്ചതുമായ പലകകൾ. ചളിയിൽ ആഞ്ഞു ചവിട്ടി നടക്കവേ ജനം ചിരിച്ചുകൊണ്ടിരുന്നു. ഉറക്കത്തിൽ ആൾക്കാർ ചെയ്യുന്നതുപോലെ ഞാനെന്റെ മനസ്സിനെ കീഴടക്കി. ഞങ്ങൾ ചത്വരത്തിലേക്കു തിരിയവേ കടകളുടെ ഈ പരമ്പര പെട്ടെന്ന് അവസാനിച്ചു. ജനങ്ങളുടെ ആരവം കൂടുതൽ ഉച്ചത്തിലായി. അവർ ആക്രോശിക്കുകയും ആഹ്ലാദിക്കുകയും ചെയ്തു. വണ്ടി പൊടുന്നനെ നിന്നു. ഞാൻ മുഖമടച്ച് വീണില്ലെന്നു മാത്രം. പുരോഹിതനാണ് എന്നെ പിടിച്ചുയർത്തിയത്.

“ധൈര്യവാനായിരിക്കൂ!” അദ്ദേഹം ശബ്ദം താഴ്ത്തി പറഞ്ഞു.

പിന്നീടവർ വണ്ടിയുടെ പിന്നിലേക്ക് ഒരു ഏണി കൊണ്ടുവന്നു. ഞാൻ പുരോഹിതന്റെ കയ്യിൽ തൂങ്ങി താഴെ ഇറങ്ങി. ഞാൻ ഒരു ചുവടുവെച്ചു. മറ്റൊന്നു മുന്നോട്ടുവെയ്ക്കാനായി തുനിഞ്ഞു. പക്ഷേ, എനിക്കു ത്രാണിയുണ്ടായിരുന്നില്ല. വിളക്കിന്നപ്പുറം ഞെട്ടിപ്പിക്കുന്നതായി ഞാനെന്തോ കണ്ടു...

ഹോ, അത് യാഥാർത്ഥ്യം ആയിരുന്നു!

പ്രഹരമേറ്റ് അന്ധാളിച്ചാലെന്നപോലെ ഞാൻ നിന്നു. "എനിക്ക് അവസാനമായി ഒരു പ്രഖ്യാപനം നടത്താനുണ്ട്." ദയനീയ സ്വരത്തിൽ ഞാൻ വിളിച്ചുപറഞ്ഞു.

അപ്പോൾ അവർ എന്നെ ഇവിടെ കൊണ്ടുവന്നു. എന്റെ അന്തിമ ആഗ്രഹങ്ങൾ എഴുതാൻ എന്നെ അനുവദിക്കണമെന്ന് ഞാനവരോട് ആവശ്യപ്പെട്ടു. അവരെന്റെ കൈകൾ കെട്ടഴിച്ചു. എന്നാൽ വീണ്ടും കെട്ടാൻ പാകത്തിൽ ചരട് കൈകളിൽ തന്നെ ഉണ്ടായിരുന്നു.

നാല്പത്തിയാറ്

ഒരു ജഡ്ജ്, ഒരു കമ്മീഷണർ, ഒരു മജിസ്ട്രേറ്റ്-അദ്ദേഹത്തിന്റെ റാങ്ക് എന്താണെന്ന് എനിക്കറിയില്ല-ഇതാ ഇവിടെയുണ്ട്.

എനിക്ക് മാപ്പ് അനുവദിച്ചു തരണമെന്ന് ഞാനദ്ദേഹത്തോട് കേണപേക്ഷിച്ചു. അദ്ദേഹത്തിന്റെ കാൽക്കലേക്ക് ഞാൻ മുട്ടിലിഴഞ്ഞുചെന്ന് കൂപ്പിയ കൈകളോടെ യാചിച്ചു.

എനിക്ക് അദ്ദേഹത്തോട് പറയാനുണ്ടായിരുന്നത് ആകെ ഇതാണോ എന്ന് വിചിത്രമായ ഒരു പുഞ്ചിരിയോടെ അദ്ദേഹം ചോദിച്ചു.

"മാപ്പാക്കണം, മാപ്പാക്കണം!" ഞാൻ ആവർത്തിച്ചു. "ഹോ. ദൈവത്തെയോർത്ത്, അഞ്ചു മിനുട്ടു കൂടി! എനിക്ക് മാപ്പനുവദിക്കില്ലെന്ന് ആർക്കറിയാം. എന്റെ ഈ പ്രായത്തിൽ ഇത്തരത്തിൽ മരിക്കുക എന്നത് അതിഭീകരമാണ്. അവസാന നിമിഷത്തിൽ പോലും പലപ്പോഴും ശിക്ഷയിൽ ഇളവുകൾ വന്നിട്ടുണ്ട്! എന്നോടല്ലെങ്കിൽ പിന്നെ ആരോടാണ് സർ, അവർ കരുണ കാണിക്കുക?"

വെറുക്കപ്പെട്ട ആ ആരാച്ചാർ! വധശിക്ഷ നിശ്ചിത സമയത്തു

തന്നെ നടത്തേണ്ടതുണ്ടെന്നും അതിനുള്ള സമയം ആയിരിക്കുന്നുവെന്നും ഈ സംഭവത്തിന് താനാണ് ഉത്തരവാദിയെന്നും അയാൾ വന്ന് ജഡ്ജിയോടു പറഞ്ഞു.

"ഹോ, ദൈവത്തെ വിചാരിച്ച്! എന്റെ മാപ്പിന് അഞ്ചു മിനുട്ടു കൂടി കാക്കണേ," ഞാൻ നിലവിളിച്ചു, "അല്ലെങ്കിൽ ഞാൻ സ്വയം എതിർത്തുനിൽക്കും!"

ജഡ്ജിയും ആരാച്ചാരും പുറത്തുപോയി. ഞാൻ തനിയെ- അവിടെ ഹാജരുള്ള രണ്ടു ഭടന്മാർ മാത്രം എന്നോടൊപ്പം.

കഴുതപ്പുലിയുടെ കരച്ചിലോടെ ആ ഭീകരജനക്കൂട്ടം! ഞാനതിൽ നിന്ന് രക്ഷപ്പെടുകയില്ലെന്ന്, ഞാൻ സംരക്ഷിക്കപ്പെടുമെന്ന് ആർക്കറിയാം? എന്റെ മാപ്പ്.... അവരനെനിക്ക് മാപ്പു തരാതിരിക്കില്ല! ചെവിയോർക്കൂ! ആരോ മുകളിലേക്കു വരുന്ന ശബ്ദം ഞാൻ കേൾക്കുന്നു!

നാലുമണി

www.ingramcontent.com/pod-product-compliance
Lightning Source LLC
LaVergne TN
LVHW060417051026
849518LV00007B/2584
9788188016280